ಪ್ರಾರ್ಥನೆ (ಪ್ರತಿ ಧರ್ಮದ)

ಅಬ್ದುಲ್ ವಹೀದ್

ಪ್ರಾರ್ಥನೆ (ಪ್ರತಿ ಧರ್ಮದ)
Prayer (in every religion)

ಅಬ್ದುಲ್ ವಹೀದ್

CERTIFICATE OF PUBLISHING

We're proud to present this certificate of publishing to

Abdul Waheed

for successfully publishing

PRAYER (IN EVERY RELIGION)

on 06-01-2023

"A writer's life and work are not a gift to mankind; they're a necessity" ~ Toni Morrison

ಶರಣಾಗತಿ

ಈ ಪುಸ್ತಕವನ್ನು ನನ್ನ ದಿವಂಗತ ತಂದೆ ಹಾಜಿ ಉಬೈದುರ್ ರೆಹಮಾನ್ (ಮುನ್ನಾ) ಮತ್ತು ಕಿರಿಯ ಸಹೋದರ ಅಬ್ದುಲ್ ಹಮೀದ್ ಅವರ ನೆನಪಿಗಾಗಿ ಸಮರ್ಪಿಸಲಾಗಿದೆ. ದೇವರು (ಅಲ್ಲಾ) ಅವರ ಆತ್ಮಕ್ಕೆ ಶಾಂತಿ ನೀಡಲಿ.

ಆಮೆನ್

ಪರಿವಿಡಿ

ಸರಣಿ ಸಂಖ್ಯೆ	ವಿಷಯ	ಪುಟ ಸಂಖ್ಯೆ
1	ಪಾತ್ರ	7
2	ಶಾಲೆಯ ಪಠ್ಯಕ್ರಮದಲ್ಲಿ ಪ್ರಸಿದ್ಧ ಪ್ರಾರ್ಥನೆ	9
3	ಲತಾ ಮಂಗೇಶ್ಕರ್ ಹಾಡಿರುವ ಪ್ರಸಿದ್ಧ ಬಾಲಿವುಡ್ ಹಾಡು (ಪ್ರಾರ್ಥನೆ)-	11
4	ಇಸ್ಲಾಂ ಧರ್ಮದ ಪ್ರಾರ್ಥನೆ	14
5	ಭರ್ಗೋೇದೇವಸ್ಯ ಧೀಮಹಿ । ಧಿಯೋ ಯೋ ನ: ಪ್ರಚೋದಯಾತ್. (ಋಗ್ವೇದ 3,62,10)	16
6	ಬೌದ್ಧ ಪ್ರಾರ್ಥನೆ	18
7	ಜೈನ ಪ್ರಾರ್ಥನೆ	19
8	ಧೈರ್ಯಕ್ಕಾಗಿ ಪ್ರಾರ್ಥನೆ	20

ಪಾತ್ರ

ಪ್ರತಿಯೊಂದು ಧರ್ಮವೂ ಆ ದೇವರು ಅಥವಾ ಗುರುವಿಗಾಗಿ ತನ್ನದೇ ಆದ ಪ್ರಾರ್ಥನೆಯನ್ನು ಹೊಂದಿದೆ, ಅಂತಹ ಪ್ರಾರ್ಥನೆಯು ಜೀವನದ ಕಲ್ಯಾಣಕ್ಕೆ ಕಾರಣವಾಗುತ್ತದೆ, ಬಹಳ ಹಳೆಯ ಮತ್ತು ಹಳೆಯದಾದ ಪ್ರಸಿದ್ಧ ಬಾಲಿವುಡ್ ಚಲನಚಿತ್ರ ದೋ ಆಂಖೀನ್ ಬರಾಹ್ ಹಾತ್‌ನಲ್ಲಿ ಲತಾ ಮಂಗೇಶ್ಕರ್ ಅವರು ಬಹಳ ಒಳ್ಳೆಯ ಪ್ರಾರ್ಥನೆಯನ್ನು ಹಾಡಿದ್ದಾರೆ. ಇದು ಪ್ರಸಿದ್ಧವಾಗಿದೆ. ಹಳೆಯ ಶಾಲೆಗಳಲ್ಲಿನ ಪಠ್ಯಕ್ರಮದಲ್ಲಿ ಪ್ರಾರ್ಥನೆಯು ಹೇಗೆ ನಡೆಯುತ್ತದೆ. ಒಬ್ಬ ವ್ಯಕ್ತಿಯು ಕಡಿಮೆ ಧಾರ್ಮಿಕನಾಗಿರಬಹುದು, ಆದರೆ ಅವನು ಯಾವುದೇ ತೊಂದರೆಯಲ್ಲಿದ್ದಾಗ, ಅವನು ಖಂಡಿತವಾಗಿಯೂ ತನ್ನ ದೇವರನ್ನು ಅಥವಾ ಗುರುವನ್ನು ಪ್ರಾರ್ಥಿಸುತ್ತಾನೆ, ಆಗ ಮಾತ್ರ ಅವನು ತೃಪ್ತಿಯ ಶಾಂತಿಯನ್ನು ಪಡೆಯುತ್ತಾನೆ, ಇದು ಸತ್ಯ. ಪ್ರತಿಯೊಂದು ಧರ್ಮದಲ್ಲೂ ಆ ಗುರುವಿಗೆ ಪ್ರಾರ್ಥನೆ ಇದೆ, ಆ ಪ್ರಾರ್ಥನೆ ಎಲ್ಲೋ ಹೋಗಿದೆ ಎಂದು ತಿಳಿಯುವ ಪ್ರಯತ್ನವನ್ನು ಈ ಪುಸ್ತಕದಲ್ಲಿ ಮಾಡಲಾಗಿದೆ, ದಯವಿಟ್ಟು ಓದಿ ಮತ್ತು ನಿಮ್ಮ ಜ್ಞಾನದಲ್ಲಿ ಬೇರೆ ಪ್ರಾರ್ಥನೆ ಇದ್ದರೆ ದಯವಿಟ್ಟು ತಿಳಿಸಿ, ಧನ್ಯವಾದಗಳು,

ನಿಮ್ಮದು - ಅಬ್ದುಲ್ ವಹೀದ್, ಬಾರಾಬಂಕಿ

ಶಾಲೆಯ ಪಠ್ಯಕ್ರಮದಲ್ಲಿ ಪ್ರಸಿದ್ಧ ಪ್ರಾರ್ಥನೆ

ಯಾರು ಸೂರ್ಯ ಮತ್ತು ಚಂದ್ರರನ್ನು ಮಾಡಿದರು

ಯಾರು ಸೂರ್ಯ ಮತ್ತು ಚಂದ್ರರನ್ನು ಮಾಡಿದರು

ಅದು ನಕ್ಷತ್ರಗಳನ್ನು ಹೊಳೆಯುವಂತೆ ಮಾಡಿತು

ಹೂಗಳನ್ನು ಸುವಾಸನೆ ಮಾಡಿದವರು

ಪಕ್ಷಿಗಳನ್ನು ಚಿಲಿಪಿಲಿ ಮಾಡಿದವನು

ಇಡೀ ಜಗತ್ತನ್ನು ಮಾಡಿದವರು

ನಾವು ಆ ದೇವರನ್ನು ಸ್ತುತಿಸುತ್ತೇವೆ

ಪ್ರೀತಿಯಿಂದ ಅವನಿಗೆ ನಮಸ್ಕರಿಸಿ.

ऐ मालिक
तेरे बंदे हम

ಲತಾ ಮಂಗೇಶ್ಕರ್ ಹಾಡಿರುವ ಪ್ರಸಿದ್ಧ ಬಾಲಿವುಡ್ ಹಾಡು (ಪ್ರಾರ್ಥನೆ)-

ಓ ಕರ್ತನೇ, ನಾವು ನಿನ್ನ ಸೇವಕರು

ನಮ್ಮ ಕರ್ಮ ಹೀಗಿರಲಿ

ನೀತಿಯಲ್ಲಿ ನಡೆಯಿರಿ ಮತ್ತು ಕೆಟ್ಟದ್ದನ್ನು ತಪ್ಪಿಸಿ

ನಗುತ್ತಾ ಸಾಯಲು

ದಬ್ಬಾಳಿಕೆಯನ್ನು ಎದುರಿಸಿದಾಗ

ನಂತರ ನೀವು ನಮ್ಮನ್ನು ಹಿಡಿದುಕೊಳ್ಳಿ

ಅವರು ಕೆಟ್ಟದ್ದನ್ನು ಮಾಡುತ್ತಾರೆ ನಾವು ಒಳ್ಳೆಯದನ್ನು ಮಾಡುತ್ತೇವೆ

ಬದಲಾಯಿಸಲು ಬಯಸುವುದಿಲ್ಲ

ಪ್ರೀತಿಯ ಪ್ರತಿ ಹೆಜ್ಜೆಯೂ ಹೆಚ್ಚಾಯಿತು

ಮತ್ತು ಈ ದ್ವೇಷದ ಭ್ರಮೆ ಕಣ್ಮರೆಯಾಯಿತು

ಸದಾಚಾರದಲ್ಲಿ ನಡೆ...

ಕತ್ತಲಾಗುತ್ತಿದೆ

ನಿಮ್ಮ ವ್ಯಕ್ತಿ ಭಯಭೀತರಾಗುತ್ತಿದ್ದಾರೆ

ನಿಮ್ಮ ವ್ಯಕ್ತಿ ಭಯಭೀತರಾಗುತ್ತಿದ್ದಾರೆ

ಅರಿವಿಲ್ಲದೆ ಏನೂ ಆಗುತ್ತಿಲ್ಲ

ಸಂತೋಷ ತೋರುತ್ತಿದೆ

ಸೂರ್ಯ ಅಡಗಿಕೊಂಡಿದ್ದಾನೆ

ನಿನ್ನ ಬೆಳಕಿನಲ್ಲಿ ಆ ಉಸಿರು

ಅಮಾವಾಸ್ಯೆ ಮಾಡುವವನು

ಪೂನಂ ನೇಕಿ ಮೇಲೆ ಸರಿಸಿ...

ತುಂಬಾ ದುರ್ಬಲ ಮನುಷ್ಯ

ಲಕ್ಷಾಂತರ ಮಂದಿ ನಾಪತ್ತೆಯಾಗಿದ್ದಾರೆ

ಆದರೆ ನಿಂತಿರುವ ನೀವು ದಯೆಯುಳ್ಳವರು

ನಿನ್ನ ಕೃಪೆಯಿಂದ ಭೂಮಿಯು ನಿಂತಿತು

ನೀವು ನಮಗೆ ಜನ್ಮ ನೀಡಿದ್ದೀರಿ

ನಮ್ಮ ಎಲ್ಲಾ ದುಃಖಗಳನ್ನು ನೀವು ಭರಿಸುತ್ತೀರಿ

ಒಳ್ಳೆಯತನದಲ್ಲಿ ನಡೆ....

ಇಸ್ಲಾಂ ಧರ್ಮದ ಪ್ರಾರ್ಥನೆ

ಅಲ್-ಫಾತಿಹಾ 1:1-7

(1) ಪರಮ ಕರುಣಾಮಯಿ ಮತ್ತು ಕರುಣಾಮಯಿ ಅಲ್ಲಾಹನ ಹೆಸರಿನಲ್ಲಿ.

(2) ಲೋಕಗಳ ಒಡೆಯನಾದ ಅಲ್ಲಾಹನಿಗೆ ಮಾತ್ರ ಸ್ತುತಿ

(3) ತುಂಬಾ ಕರುಣಾಳು, ತುಂಬಾ ಕರುಣಾಳು

(4) ಅವನು ಪ್ರತಿಫಲದ ದಿನದ ಯಜಮಾನ

(5) ನಾವು ನಿಮ್ಮನ್ನು ಆರಾಧಿಸುತ್ತೇವೆ ಮತ್ತು ನೀವು ಸಹಾಯವನ್ನು ಬಯಸುತ್ತೀರಿ

(6) ನಮಗೆ ನೇರವಾದ ಮಾರ್ಗದಲ್ಲಿ ಮಾರ್ಗದರ್ಶನ ನೀಡಿ

(೭) ನಿನ್ನಿಂದ ಆಶೀರ್ವಾದ ಪಡೆದವರ ಮಾರ್ಗದಲ್ಲಿ, ಕೋಪಕ್ಕೆ ಒಳಗಾಗದ ಮತ್ತು ದಾರಿ ತಪ್ಪದ

ಭರ್ಗೋದೇವಸ್ಯ ಧೀಮಹಿ ।   ಧಿಯೋ ಯೋ ನ: ಪ್ರಚೋದಯಾತ್.
(ಋಗ್ವೇದ **3,62,10**)

ಗಾಯತ್ರಿ ಧ್ಯಾನಮ್

ಮುಕ್ತ-ವಿದ್ರುಂ-ಹೇಂ-ನೀಲ್ ಧವಲಚ್ಛಯೈರ್ಮುಖಿಸ್ತ್ರಿಕ್ಷಣೈ-

ರ್ಯುಕ್ತಮಿನ್ದು-ನಿಬದ್ಧ-ರತ್ನಮುಕುಟಾನ್ ತತ್ತ್ವಾರ್ಥವರ್ಣಾತ್ಮಿಕಮ್ ।

ಗಾಯತ್ರಿ ವರದಾ-ಭಯಃ-ದಕುಶ-ಕಶಾಃ ಶುಭ್ರಂ ಕಪಾಲಂ ಗುಣಾ ।

ಶಂಖ, ಚಕ್ರಮಾಧವೀರಂದುಯುಗಳ್ ಹಸ್ತೈರ್ವಹನ್ತಿ ಭಜೇ ॥

ಅಂದರೆ ಮುತ್ತು, ಹವಳ, ಚಿನ್ನ, ನೀಲಮಣಿ ಮತ್ತು ವಜ್ರದಂತಹ ರತ್ನಗಳ
ತೀಕ್ಷ್ಣವಾದ ಸೆಳವಿನಿಂದ ಅವರ ಮುಖಗಳು ಭಾವಪರವಶವಾಗಿವೆ. ಚಂದ್ರನ
ರೂಪದಲ್ಲಿರುವ ಆಭರಣವು ಅವನ ಕಿರೀಟಕ್ಕೆ ಲಗತ್ತಿಸಲಾಗಿದೆ. ಸ್ವಯಂ
ಅಂಶವನ್ನು ನೀವು ಅರಿತುಕೊಳ್ಳುವ ಪಾತ್ರಗಳು ಯಾವುವು. ವರದ
ಮುದ್ರೆಯೊಂದಿಗೆ ಎರಡು ಕೈಗಳಲ್ಲಿ ಗೋಡ, ಅಭಯ, ಚಾವಟಿ, ಕಪಾಲ, ವೀಣೆ,
ಶಂಖ, ಚಕ್ರ, ಕಮಲವನ್ನು ಹಿಡಿದಿರುವ ಗಾಯತ್ರಿ ದೇವಿಯನ್ನು ನಾವು
ಧ್ಯಾನಿಸುತ್ತೇವೆ.(ಡಾ. ರಾಮ್ ಮಿಲನ್ ಮಿಶ್ರಾ)

ಗಾಯತ್ರಿ ಮಹಾಮಂತ್ರ

ಓಂ ಭೂರ್ ಭುವ: ಸ್ವಯಂ.

ತತ್ ಸವಿತುರ್ವರೇಣ್ಯ ।

ಭರ್ಗೋ ದೇವಸ್ಯ ಧೀಮಹಿ ।

ಧಿಯೋ ಯೋ ನಃ ಪ್ರಚೋದಯಾತ್ ||

ಅರ್ಥ -

ಆ ಆತ್ಮವನ್ನು ಜೀವನದ ರೂಪದಲ್ಲಿ, ದುಃಖಗಳ ನಾಶಕ, ಸಂತೋಷದ ಮೂರ್ತರೂಪ, ಅತ್ಯುತ್ತಮ, ಪ್ರಕಾಶಕ, ಪಾಪ ನಾಶಕ, ದೈವಿಕ ರೂಪದಲ್ಲಿ ಅಳವಡಿಸಿಕೊಳ್ಳೋಣ. ಆ ಭಗವಂತ ನಮ್ಮ ಬುದ್ಧಿಯನ್ನು ಸನ್ಮಾರ್ಗದಲ್ಲಿ ಪ್ರೇರೇಪಿಸಲಿ.

ನ ತತ್ರ ಸನ್ ಭಾತಿ ನ ಚನ್ದ್ರತಾರಕಂ ನೇಮ ವಿದ್ಯುತ್ಯೋ ಭಾನ್ತಿ ಕುತೋ ಅಯಾಮಗ್ನಿಃ | ತಮೇವ ಭಾನ್ತಮನುಭಾತಿ ಸರ್ವಂ ತಸ್ಯ ಭಾಸಾ ಸರ್ವಮಿದಂ ವಿಭಾತಿ || ಅಲ್ಲಿ ಸೂರ್ಯನು ಬೆಳಗುವುದಿಲ್ಲ, ಚಂದ್ರನಾಗಲಿ, ನಕ್ಷತ್ರಗಳಾಗಲಿ, ಆ ಮಿಂಚುಗಳಾಗಲಿ, ಬೆಂಕಿಯ ಬಗ್ಗೆ ಏನು ಹೇಳಬೇಕು, ಅದು ಮಾತ್ರ ಹೊಳೆಯುತ್ತದೆ, ಪ್ರತಿಯೊಬ್ಬರೂ ಅದರ ಪ್ರಕಾಶದಿಂದ ಪ್ರಕಾಶಮಾನರಾಗುತ್ತಾರೆ, ಅದರ ಪ್ರಭೆಯು ಎಲ್ಲವನ್ನೂ ಬೆಳಗಿಸುತ್ತದೆ, ಅದನ್ನು ಪ್ರಕಟಿಸುತ್ತದೆ. (ಕಠೋಪನಿಷತ್ತು 5-15)

ಬೌದ್ಧ ಪ್ರಾರ್ಥನೆ

ಸಚಿತ್ತಪರಿಯೋದಪಾನಂ ತಥಾ ಬುದ್ಧನ ಶಾಸನಂ. ಎಲ್ಲಾ ಪಾಪಗಳಿಂದ ದೂರವಿರಲು, ಯೋಗಕ್ಷೇಮವನ್ನು ಹೆಚ್ಚಿಸಲು, ಒಬ್ಬರ ಮನಸ್ಸನ್ನು ಶುದ್ಧವಾಗಿಟ್ಟುಕೊಳ್ಳಲು, ಇದು ಬುದ್ಧನ ಉಪದೇಶವಾಗಿದೆ.

ಸಕಲ ಜೀವಿಗಳ ಕಲ್ಯಾಣಕ್ಕಾಗಿ ಪ್ರಾರ್ಥನೆ

ಸಬ್ಬೇ ಸತ್ತ ಸುಖೀ ಹೋತುಂತು, ಸಬ್ಬೇ ಹೋತುಂತು ಚ ಖೇಮಿನೋ, ಸಬ್ಬೇ ಭದ್ರಾನಿ ಪಸನ್ತು, ಮಾ ಕಟ್ಟಿ ದುಃಖಮಗ್ಮ! "ಎಲ್ಲಾ ಜೀವಿಗಳು ಸಂತೋಷವಾಗಿರಲಿ ಮತ್ತು ಚೆನ್ನಾಗಿ ಬದುಕಲಿ, ಎಲ್ಲರೂ ತಮ್ಮ ಯೋಗಕ್ಷೇಮವನ್ನು ನೋಡಿಕೊಳ್ಳಲಿ ಮತ್ತು ಯಾರೂ ಯಾವುದೇ ದುಃಖವನ್ನು ಅನುಭವಿಸಬಾರದು. ,

ಜೈನ ಪ್ರಾರ್ಥನೆ

ಜಹ ತೇ ನ ಪಿಯಂ ದುಃಖಂ ತಹೇವ ತೇಸಿ ಪಿ ಜಾನ್ ಜೀವನಮ್ ॥ ತಥಾ ಗಚ್ಛ ಅಪ್ಪೋವಮಿಶ್ಶೋ ಜೀವೇಸು ಹೋಹಿ ಸದಾ ॥ ಜೀವವಹೋ ಅಪ್ಪಾವಹೋ ಜೀವ ದಿಯಾ ಹೋದೀ ಶ್ರಪ್ಸನೋ ಹುದಯಾ । ವಿಸಂಕಟ್ಟೋವ್ಯ ಹಿಂಸೆ ತಪ್ಪಿಸಬೇಕು. ಶ್ರೇ ತೂಲೆ ಪಾಯಸು, ಮೆಟ್ಟಿನ್ ಭೂಸುಕಪ್ಪಯೆ. ಸಂವಪನ ನಾ ಹೊಲಿಯನವ ನಾ ನಿಡಿಯವ ॥ ನೀವು ಹೇಗೆ ದುಃಖವನ್ನು ಬಯಸುವುದಿಲ್ಲವೋ, ಹಾಗೆಯೇ ಎಲ್ಲಾ ಪ್ರಿಯ ಜೀವಿಗಳು ಸಹ ದುಃಖವನ್ನು ಬಯಸುವುದಿಲ್ಲ. ಇದನ್ನು ಮನಸ್ಸಿನಲ್ಲಿಟ್ಟುಕೊಂಡು, ಇತರರು ನಿಮ್ಮನ್ನು ಹೇಗೆ ನಡೆಸಿಕೊಳ್ಳಬೇಕೆಂದು ನೀವು ಬಯಸುತ್ತೀರೋ ಹಾಗೆಯೇ ಇತರರೊಂದಿಗೆ ವರ್ತಿಸಿ. ಜೀವಿಯನ್ನು ಕೊಲ್ಲುವುದೆಂದರೆ ಆತ್ಮಹತ್ಯ ಮಾಡಿಕೊಳ್ಳುವುದು ಮತ್ತು ಎಲ್ಲಾ ಜೀವಿಗಳನ್ನು ಕರುಣಿಸುವುದು ತನ್ನನ್ನು ಕರುಣಿಸುವುದು. ಆದ್ದರಿಂದ ವಿಷ ಅಥವಾ ಮುಳ್ಳಿನಿಂದ ಹೇಗೆ ದೂರವಿರುತ್ತದೋ ಅದೇ ರೀತಿ ಹಿಂಸೆಯಿಂದ ದೂರವಿರಿ. ಎಲ್ಲಾ ಜೀವಿಗಳನ್ನು ನಿಮ್ಮಂತೆ ನೋಡಿಕೊಳ್ಳಿ. ಸಕಲ ಜೀವರಾಶಿಗಳಿಗೆ ಮಂತ್ರಿಯಾಗು. ಯಾರನ್ನೂ ನಿಂದಿಸಬೇಡಿ ಮತ್ತು ಯಾರನ್ನೂ ಟೀಕಿಸಬೇಡಿ.

ಜ್ಞಾನೋದಯಕ್ಕಾಗಿ ಪ್ರಾರ್ಥನೆ:-

ಭಯ, ಎಲ್ಲಾ ತೊಂದರೆಗಳು, ದುಃಖಿಗಳು, ಇಂದ್ರಿಯ ನೋವುಗಳು, ಕಾಮ, ಮೋಹಗಳು, ಮೋಹಗಳು, ಲೋಭ ಮತ್ತು ಮೋಹ ಮತ್ತು ಸಂತೋಷ ಮತ್ತು ನೋವುಗಳನ್ನು ಜಯಿಸಿದ ಭಗವಂತ ಜಿನೇಂದ್ರನಿಗೆ ನಾನು ನಮಸ್ಕರಿಸುತ್ತೇನೆ. ನನ್ನ ದುಃಖಿಗಳು ಪರಿಹಾರವಾಗಲಿ ಮತ್ತು ನಾನು ಕರ್ಮದ ಬಂಧನದಿಂದ ಸಂಪೂರ್ಣವಾಗಿ ಮುಕ್ತನಾಗಲಿ. ನಾನು ಜ್ಞಾನೋದಯವನ್ನು ಪಡೆಯಲಿ ಮತ್ತು ನನ್ನ ಮರಣವು ಶಾಂತಿಯುತವಾಗಿರಲಿ. ಸಕಲ ಜೀವರಾಶಿಗಳ ಕಲ್ಯಾಣವನ್ನು ಮಾಡುವ ಜಿನೇಂದ್ರ ದೇವರೇ! ನಾನು ನಿನ್ನ ಪಾದಗಳಲ್ಲಿ ಆಶ್ರಯವನ್ನು, ಆಹ್ಲಾದಕರ ಆಶ್ರಯವನ್ನು ಕಂಡುಕೊಳ್ಳಲಿ!

ಧೈರ್ಯಕ್ಕಾಗಿ ಪ್ರಾರ್ಥನೆ

ದೇಹು ಶಿವ ಬಾರ್ ಮೋಹಿ ಹೈ ಶುಭ ಕರ್ಮಾನ್ ತೇ ಕಬಾಹು ನ ತಾರೂನ್. ಭಯಪಡಬೇಡಿ, ನೀವು ಸತ್ತಾಗ, ನಿಮ್ಮ ವಿಜಯವನ್ನು ಆತ್ಮವಿಶ್ವಾಸದಿಂದ ಗೆಲ್ಲಿರಿ. ನೀವು ಸಿಖ್ಖರೇ, ನಿಮ್ಮ ಸ್ವಂತ ಮನಸ್ಸು ಈ ವಿಜಯಕ್ಕಾಗಿ ದುರಾಸೆಯಾಗಿದೆ. ಒಳಬರುವ ಆಯುಧವು ರೋಗನಿರ್ಣಯವಾದಾಗ, ಪ್ರತಿ ಓಟದಲ್ಲಿ ಹೋರಾಡಿ ಸಾಯಿರಿ.

ಯಹೂದಿ ಪ್ರಾರ್ಥನೆ

ಭೂಮಿಯೂ ಅದರಲ್ಲಿರುವ ಸಮಸ್ತವೂ ಯೆಹೋವನೇ, ಲೋಕವೂ ಅದರಲ್ಲಿ ವಾಸಿಸುವವರೂ; ಯಾಕಂದರೆ, ಸಮುದ್ರಗಳ ಮೇಲೆ ಅದರ ಅಡಿಪಾಯವನ್ನು ಸ್ಥಾಪಿಸಿದವನು ಮತ್ತು ನದಿಗಳ ಮೇಲೆ ಅದನ್ನು ಸ್ಥಾಪಿಸಿದವನು, ಭಗವಂತನ ಪರ್ವತವನ್ನು ಏರಲು ಯಾರು ಸಾಧ್ಯ? ಮತ್ತು ಆತನ ಪವಿತ್ರ ಸ್ಥಳದಲ್ಲಿ ಯಾರು ನಿಲ್ಲಬಲ್ಲರು?

ಯಾರ ಕರ್ಮಗಳು ನಿರ್ದೋಷಿಯಾಗಿರುತ್ತವೆ, ಯಾರ ಹೃದಯವು ನಿರ್ಮಲವಾಗಿರುತ್ತದೆ, ಯಾರು ತನ್ನ ಮನಸ್ಸನ್ನು ವ್ಯರ್ಥಕ್ಕೆ ತಿರುಗಿಸುವುದಿಲ್ಲ ಮತ್ತು ಸುಳ್ಳು ಪ್ರಮಾಣ ಮಾಡದವನು, ಅವನು ಭಗವಂತನಿಂದ ಆಶೀರ್ವದಿಸಲ್ಪಡುತ್ತಾನೆ ಮತ್ತು ಅವನ ಮೋಕ್ಷದ ದೇವರಿಂದ ನೀತಿವಂತನಾಗುತ್ತಾನೆ. ,

ಭಗವಂತ ಎಷ್ಟು ಒಳ್ಳೆಯವನೆಂದು ರುಚಿ ನೋಡಿ. ಆತನನ್ನು ಆಶ್ರಯಿಸುವವನು ಧನ್ಯನು. ಪವಿತ್ರ ಜನರೇ, ಕರ್ತನಿಗೆ ಭಯಪಡಿರಿ. "ನಿನ್ನ ನಾಲಿಗೆಯನ್ನು ದುಷ್ಟತನದಿಂದ ಕಾಪಾಡು, ನಿನ್ನ ಬಾಯಿಯಿಂದ ಯಾವುದೇ ಮೋಸ ಬರದಂತೆ ಕಾಪಾಡು; ಕೆಟ್ಟದ್ದನ್ನು ಬಿಟ್ಟು ಒಳ್ಳೆಯದನ್ನು ಮಾಡಿ, ಶಾಂತಿಯನ್ನು ಕಂಡುಕೊಳ್ಳಿ ಮತ್ತು ಅದನ್ನು ಅನುಸರಿಸಿ. ಕರ್ತನ ಕಣ್ಣುಗಳು ನೀತಿಯನ್ನು ಮಾಡುವವರ ಮೇಲೆ ಇವೆ. ,

ಟಾವೊ ಪ್ರಾರ್ಥನೆ

ಟಾವೊ ತತ್ತ್ವದಲ್ಲಿ ಟಾವೊಗೆ ಹೆಚ್ಚಿನ ಒತ್ತು ನೀಡಲಾಗಿದೆ. ಅದು ಹೇಗೆ ತಾವೋ?

ಮಹಾನ್ ತಾವೋ ಸರ್ವವ್ಯಾಪಿ. ಅವನು ಈ ಕಡೆಯೂ ಆ ಕಡೆಯೂ ಇದ್ದಾನೆ. ಎಲ್ಲಾ ಜೀವಿಗಳು ಅದರಿಂದಲೇ ಬದುಕುತ್ತವೆ. ಅವರು ಎಲ್ಲರ ಹುಡುಕಾಟ ಮತ್ತು ಸುದ್ದಿಗಳನ್ನು ತೆಗೆದುಕೊಳ್ಳುತ್ತಲೇ ಇರುತ್ತಾರೆ. ಅವನು ಕೆಲಸವನ್ನು ಹಾಗೆಯೇ ಮಾಡುತ್ತಾನೆ, ಅವನು ಹಾಗೆಯೇ ಪೂರ್ಣಗೊಳಿಸುತ್ತಾನೆ. ಆದರೆ, ಅದರ ಹಣ್ಣನ್ನು ಮುಟ್ಟಲೂ ಇಲ್ಲ. ಎಲ್ಲರನ್ನೂ ಪ್ರೀತಿಯಿಂದ ಸುತ್ತುತ್ತಾನೆ. ಎಲ್ಲರನ್ನೂ ಪ್ರೀತಿಯಿಂದ ಪೋಷಿಸುತ್ತಾನೆ. ಆದರೆ ಅವನಲ್ಲಿ ಶ್ರೇಷ್ಠತೆಯ ವಾಸನೆಯೂ ಬರಲು ಬಿಡುವುದಿಲ್ಲ.ಆಕಾಂಕ್ಷೆಯೂ ಇಲ್ಲ.ಆಸೆಯೂ ಇಲ್ಲ.

ಟಾವೊ ತೆಹ್ ಕಿಂಗ್ ಎಲ್ಲಿದ್ದಾರೆ

1.   ತಾವೋ ವಿವರಿಸಲಾಗದ ವ್ಯಾನೋಸ್‌ನಿಂದ 'ತಾವೋ' ಹೇಳಲು ಬರುವವನು ನಿಜವಾಗಿಯೂ 'ತಾವೋ' ಅಲ್ಲ.   (ತಾವೋ ಎನ್ನುವುದು ಅನುಭವದ ವಿಷಯ, ಹೇಳುವುದಲ್ಲ.) ಹೆಸರಿಸಬಹುದಾದ ಗುಣವು ಅದರ ನಿಜವಾದ ಲಕ್ಷಣವಲ್ಲ. ಭೂಮಿ ಮತ್ತು ಸ್ವರ್ಗದ ಮೊದಲು ಇದ್ದದ್ದು 'ಅವ್ಯಕ್ತ'. 'ಅನಂತ ಮತ್ತು ಶಾಶ್ವತ ಟಾವೋ ಅನಂತವಾಗಿದೆ. ಅವನ ಅಜ್ಞಾನದಿಂದ ಎಲ್ಲವೂ ಹುಟ್ಟಿದೆ. ಅವನು ಸುತ್ತಿನ ವಸ್ತುಗಳನ್ನು ಸುತ್ತುವಂತೆ ಮಾಡುತ್ತಾನೆ. ಅವನು ಮಿಶ್ರಣ ಮತ್ತು ಹೊಂದಾಣಿಕೆಯ ಮೂಲಕ ಕ್ರಮವನ್ನು ರಚಿಸುತ್ತಾನೆ. ಅವನು ತನ್ನ ತೇಜಸ್ಸಿನಿಂದ ಹೊಳೆಯುವ ವಸ್ತುವನ್ನು ಬೆರಗುಗೊಳಿಸುತ್ತಾನೆ. ಅವನು ನಿರ್ಲಿಪ್ತ. ಅವನು ಯಾರಿಂದ ಹುಟ್ಟಿದನೆಂದು ಯಾರಿಗೂ ತಿಳಿದಿಲ್ಲ. ಅವರು ದೇವರಿಗಿಂತ ಹಿರಿಯರು. ಸ್ವೀಕಾರಾರ್ಹವಲ್ಲ ಮತ್ತು ಯೋಚಿಸಲಾಗದ ಟಾವೋ ಸ್ವೀಕಾರಾರ್ಹವಲ್ಲ. ಅದನ್ನು ಒಪ್ಪಿಕೊಳ್ಳಲು ಸಾಧ್ಯವಿಲ್ಲ. ತಾವೋ ಅಚಿಂತ್ಯ. ಅವನು ಸರಿಯಾಗಿ ಯೋಚಿಸಲು ಸಾಧ್ಯವಿಲ್ಲ. ಸಮೀಪಿಸಲಾಗದ ಮತ್ತು ಅಚಿಂತ್ಯವಾದ ತಾವೋವನ್ನು ಅನುಸರಿಸುವುದು ಶ್ರೇಷ್ಠ ಧರ್ಮವಾಗಿದೆ.

ಇದು ಅಚಿಂತ್ಯ, ಅಚಿಂತ್ಯ, ಆದರೂ ಅದಕ್ಕೆ ರೂಪವಿದೆ. ಅವನು ಅಚಿಂತ್ಯ, ಅಚಿಂತ್ಯ, ಆದರೂ ಅವನಲ್ಲಿ ಎಲ್ಲ ವಿಷಯಗಳೂ ಸೇರಿಕೊಂಡಿವೆ. 1, 2. ತಾವೋ ಉಪನಿಷತ್ 1; 4.
ಅವನು ಅನಾದಿ ಕಾಲದಿಂದಲೂ ಇದ್ದಾನೆ, ಆದರೂ ಅವನ ಸ್ವಭಾವ ಒಂದೇ. ಅವನೇ ಎಲ್ಲದಕ್ಕೂ ಮೂಲ ಕಾರಣ. ನಾನು ಅವನನ್ನು ಹೇಗೆ ತಿಳಿಯುತ್ತೇನೆ ಟಾವೋದಿಂದ ನಾನು ಅವನನ್ನು ತಿಳಿದುಕೊಳ್ಳುತ್ತೇನೆ. ,

ಹೆಸರಿಲ್ಲದ ಮತ್ತು ಸರಳವಾದ ತತ್ವವಾದ ಟಾವೋ ಹೆಸರಿಲ್ಲ. ಅವನಿಗೆ ಯಾವುದೇ ಹೆಸರಿಲ್ಲ. ಇದರ ಮೂಲಭೂತ ಸರಳತೆ ಸರಳವಾಗಿದೆ, ಆದರೆ ಪ್ರಪಂಚವು ಅದರಲ್ಲಿ ನೀಚತನವನ್ನು ಕಲ್ಪಿಸುವುದಿಲ್ಲ.

ದೂರದಿಂದ ಹೊಗಳಿಕೆಯನ್ನು ತಪ್ಪಿಸುತ್ತಾ ಹೋಗುತ್ತಾನೆ. ಅವನು ಗೌರವದ ಮೂಲವನ್ನು ಕತ್ತರಿಸುತ್ತಾನೆ. ಸಮುದ್ರ ಮತ್ತು ನದಿಗಳಿಗೆ ಕಣಿವೆಗಳಿರುವಂತೆ, ಜಗತ್ತಿಗೆ ಟಾವೋ. ನಿರಪೇಕ್ಷವು ಇದು, ನಿರಪೇಕ್ಷವು ಆ ಮಹಾನ್ ತಾವೋ ಸರ್ವವ್ಯಾಪಿಯಾಗಿದೆ. ಅದೇ ಸಮಯದಲ್ಲಿ ಅವನು ಈ ಭಾಗದಲ್ಲಿ ವಾಸಿಸುತ್ತಾನೆ, ಇನ್ನೊಂದು ಬದಿಯಲ್ಲಿಯೂ ಸಹ. ಅವನಿಂದಲೇ ಸಕಲ ಜೀವಿಗಳೂ ಬದುಕುತ್ತವೆ. ಅವನು ಎಲ್ಲರ ಹುಡುಕಾಟವನ್ನು ತೆಗೆದುಕೊಳ್ಳುತ್ತಾನೆ - ಸುದ್ದಿ. ಅದು ಕೆಲಸ ಮಾಡುತ್ತದೆ. ಅವನು ಮಾತ್ರ ಪರಿಪೂರ್ಣತೆಯನ್ನು ತಲುಪುತ್ತಾನೆ. ಅವನು ಹಣ್ಣನ್ನು ಮುಟ್ಟುವುದಿಲ್ಲ. ಎಲ್ಲರನ್ನೂ ಪ್ರೀತಿಯಿಂದ ಪೋಷಿಸುತ್ತಾನೆ. ಹಾಗೆ ಮಾಡುವುದರಿಂದ ಶ್ರೇಷ್ಠತೆಯ ವಾಸನೆಯೂ ಬರಲು ಬಿಡುವುದಿಲ್ಲ. ಅವನಿಗೆ ಮಹತ್ವಾಕಾಂಕ್ಷೆಯಿಲ್ಲ, ಯಾವುದೇ ರೀತಿಯ ಆಸೆಯಿಲ್ಲ 12 ಅವನು ಕೇಳಿದರೆ, ಅವನು ಅವನನ್ನು ಅನುಸರಿಸುತ್ತಾನೆ.

ಸಾರ್ವತ್ರಿಕ ಪ್ರಾರ್ಥನೆ

ಓ ಸರ್ವಧರ್ಮಗಳ ಒಡೆಯನೇ, ಸಮಸ್ತ ಲೋಕದ ರಕ್ಷಕನೇ. ಓ ಆತ್ಮ - ಶಕ್ತಿಯ ದೊಡ್ಡ ಬಂಡಲ್, ಪ್ರಪಂಚದ ತಂದೆ, ಪ್ರಪಂಚದ ನಿಯಂತ್ರಕ. ವೇದವ್ರತದ ಧೈರ್ಯವನ್ನು ನಮಗೆ ನೀಡಿ, ಬುದ್ಧನ ಮಹಾನ್ ಬುದ್ಧಿವಂತಿಕೆಯನ್ನು ನಮಗೆ ನೀಡಿ, ನಮಗೆ ಯೇಸುವಿನ ಪ್ರೀತಿಯನ್ನು ನೀಡಿ, ಮಹಮ್ಮದ್, ಕನ್ಫ್ಯೂಷಿಯಸ್, ತಾಮ್ರೋ, ಮಹಾವೀರ್ ಜರಾತುಸ್ತ್ರ, ಮೋಸೆಸ್, ನಾನಕ್, ಕಬೀರ್ ಅವರ ನಂಬಿಕೆಯನ್ನು ನಮಗೆ ನೀಡಿ. ಧ್ಯಾನ ಮಾಡೋಣ, ಪ್ರಚಾರ ಮಾಡೋಣ, ಬಾಯಿಮಾತಿನ ಪ್ರಚಾರ ಮಾಡೋಣ ಅಂತ ಪೀರ್ ಹೇಳ್ತಾರೆ. ನಾವು ಗೀತಾ, ಬೈಬಲ್, ಕುರಾನ್, ಶ್ರಮಪದವನ್ನು ಗೌರವಿಸುತ್ತೇವೆ. ಗುರು ಗ್ರಂಥ, ತ್ರಿಪಿಟಕ, ಪ್ರತಿ ಧರ್ಮದ ಮತ್ತು ಪ್ರತಿಯೊಂದು ಧರ್ಮದ ಅವೆಸ್ತಾ. ಪಾರ್ಸಿ ಬಹಾಯಿ ಬೌದ್ಧ ಜೈನ್ ಹಿಂದೂ ಮುಸ್ಲಿಂ ಸಿಖ್ ಕ್ರಿಶ್ಚಿಯನ್. ಹೋ ಸರ್ವ ಧರ್ಮ ಸಮಚಿತ್ತ ಸರಸ್ ಮಾನವ ಮಾನವ ಸರ್ವ ಬಂಧುಗಳು. ಡಾ. ದೌಜಿ

ಝೋರಾಸ್ಟ್ರಿಯನ್, ಝೋರಾಸ್ಟ್ರಿಯನ್ ಧರ್ಮ)

ಅಶಮ್ ಬಹು ವಹಿಷ್ಟೇಂ ಪ್ರಸ್ತಿ ಉಸ್ತಾ ಅಸ್ತಿ ಉಸ್ತಾ ಗೃಹಮಾಯಾ ಹಯಾತ್ ಅಶ್ಯ ದಹಿಸ್ಯ ಪ್ರಭ್. ಅತ್ಯುತ್ತಮವಾದ ಆಶಾವನ್ನು ಹೊಗಳಲಾಗುತ್ತದೆ, ಅದು ಶ್ರೇಷ್ಠ ಸಂತೋಷ, ಆಶಾವನ್ನು ಅನುಸರಿಸುವವನು ಯಾವಾಗಲೂ ಅದೇ ಸಂತೋಷದಿಂದ ಇರುತ್ತಾನೆ. ಕ್ಲಾರ್ಥ್ ರಹೇ ಮಜದಶ್ರೇ ನೇಮಸೇತೇ ಪ್ರಾತ ಮಜದಶ್ರೇ ಅಹುರಹೇ ಹುಧಾವೋ ಮಜಿಸ್ತ ಯಜತ್. ಅಹುರಾ ಮಜ್ದಾಗೆ ನಮ್ಮ ಶ್ಲಾಘನೆಗಳು (ನಮ್ಮ) ನಿನಗೆ ನಮಸ್ಕಾರಗಳು, ಓ ಅಹುರಾ ಮಜ್ದದ ಅಗ್ನಿ (ಅತರ್), ನೀನು ಪರಮಾತ್ಮ ಮತ್ತು ಪರಮಾತ್ಮ.

ಕ್ರಿಶ್ಚಿಯನ್ ಪ್ರಾರ್ಥನೆ

ತಂದೆ ಮತ್ತು ಮಗ ಮತ್ತು ಪವಿತ್ರ ಆತ್ಮದ ಹೆಸರಿನಲ್ಲಿ. ಆಮೆನ್ . ,

ಪರಲೋಕದಲ್ಲಿರುವ ನಮ್ಮ ತಂದೆಯೇ, ನಿನ್ನ ನಾಮವು ಪವಿತ್ರವಾಗಲಿ, ನಿನ್ನ ರಾಜ್ಯವು ಬರಲಿ, ನಿನ್ನ ಚಿತ್ತವು ಸ್ವರ್ಗದಲ್ಲಿರುವಂತೆ ಭೂಮಿಯ ಮೇಲೆಯೂ ನೆರವೇರಲಿ. ಇಂದು ನಮಗೆ ನಮ್ಮ ದೈನಂದಿನ ರೊಟ್ಟಿಯನ್ನು ನೀಡಿ, ಮತ್ತು ನಾವು ನಮ್ಮ ಅಪರಾಧಿಗಳನ್ನು ಕ್ಷಮಿಸಿದಂತೆ ನಮ್ಮ ಪಾಪಗಳನ್ನು ಕ್ಷಮಿಸಿ, ಮತ್ತು ನಮ್ಮನ್ನು ಪ್ರಚೋದಿಸಬೇಡಿ ಆದರೆ ದುಷ್ಟರಿಂದ ನಮ್ಮನ್ನು ರಕ್ಷಿಸು, ಆಮೆನ್. ತಂದೆ, ಮಗ ಮತ್ತು ಪವಿತ್ರಾತ್ಮಕ್ಕೆ ಮಹಿಮೆಯು ಪ್ರಾರಂಭದಲ್ಲಿ ಇದ್ದಂತೆ, ಈಗ ಮತ್ತು ಎಂದೆಂದಿಗೂ ಇರುತ್ತದೆ, ಆಮೆನ್. ,

ಬಹಾಯಿ ಪ್ರಾರ್ಥನೆ:

ನನ್ನ ದೇವರೇ, ನಿನ್ನನ್ನು ತಿಳಿದುಕೊಳ್ಳಲು ಮತ್ತು ಆರಾಧಿಸಲು ನೀವು ನನ್ನನ್ನು ಸೃಷ್ಟಿಸಿದ್ದೀರಿ ಎಂದು ನಾನು ಸಾಕ್ಷಿ ಹೇಳುತ್ತೇನೆ. ಈ ಕ್ಷಣದಲ್ಲಿ, ನನ್ನ ಶಕ್ತಿಹೀನತೆ ಮತ್ತು ನಿಮ್ಮ ಶಕ್ತಿ, ನನ್ನ ಬಡತನ ಮತ್ತು ನಿಮ್ಮ ಸಮೃದ್ಧಿಗೆ ನಾನು ಸಾಕ್ಷಿಯಾಗಿದ್ದೇನೆ. ನಿನ್ನನ್ನು ಬಿಟ್ಟು ಬೇರೆ ದೇವರಿಲ್ಲ, ನೀನು ಕಷ್ಟಗಳಲ್ಲಿ ಸಹಾಯಕ, ಸ್ವಯಂ-ಜೀವನ. -- ಬಹಾವುಲ್ಲಾ

ಏಕತೆಗಾಗಿ ಪ್ರಾರ್ಥನೆಗಳು

1 ಓ ನನ್ನ ಕರ್ತನೇ, ನನ್ನ ದೇವರೇ! ನಿಮ್ಮ ಸೇವಕರ ಹೃದಯಗಳನ್ನು ಒಂದುಗೂಡಿಸಿ ಮತ್ತು ಅವರಿಗೆ ಉದಾತ್ತ ಉದ್ದೇಶವನ್ನು ಬಹಿರಂಗಪಡಿಸಿ. ಅವರು ನಿಮ್ಮ ಆದೇಶಗಳನ್ನು ಅನುಸರಿಸಲು ಮತ್ತು ನಿಮ್ಮ ನಿಯಮಗಳನ್ನು ಅನುಸರಿಸಲು ಅಂತಹ ವರವನ್ನು ನೀಡಿ. ಓ ಕರ್ತನೇ, ಅವರ ಪ್ರಯತ್ನಗಳಲ್ಲಿ ಅವರಿಗೆ ಸಹಾಯ ಮಾಡಿ ಮತ್ತು ನಿನ್ನ ಸೇವೆ ಮಾಡಲು ಅವರಿಗೆ ಸಾಕಷ್ಟು ಶಕ್ತಿಯನ್ನು ನೀಡಿ.

ಹೇ ಇಶ್! ಅವರನ್ನು ಅಸಹಾಯಕರಾಗಿ ಬಿಡಬೇಡಿ ಆದರೆ ಅವರಿಗೆ ಜ್ಞಾನದ ಬೆಳಕಿನಿಂದ ಮಾರ್ಗದರ್ಶನ ನೀಡಿ ಮತ್ತು ಅವರ ಹೃದಯವನ್ನು ನಿಮ್ಮ ಪ್ರೀತಿಯಿಂದ ತುಂಬಿರಿ. ವಾಸ್ತವವಾಗಿ, ನೀವು ಅವರ ಸಹಾಯಕ ಮತ್ತು ಮಾಸ್ಟರ್. - ಬಹಾವುಲ್ಲಾ 2 ಹೃದಯವಂತ ಸ್ವಾಮಿ! ನೀವು ಒಂದೇ ಅಂಶದಿಂದ ಇಡೀ ಮಾನವ ಜನಾಂಗವನ್ನು ರಚಿಸಿದ್ದೀರಿ. ನಿಮ್ಮ ಆದೇಶದ ಪ್ರಕಾರ, ಎಲ್ಲರೂ ಒಂದೇ ಕುಟುಂಬದ ಸದಸ್ಯರು. ಅವರು ನಿಮ್ಮ ಮುಂದೆ ಸೇವಕರು ಮತ್ತು ಇಡೀ ಮಾನವ ಜನಾಂಗವು ನಿಮ್ಮ ಮಹಾನ್ ಬುದ್ಧಿವಂತಿಕೆಯ ಅಡಿಯಲ್ಲಿ ಆಶ್ರಯ ಪಡೆಯುತ್ತದೆ. ನಿಮ್ಮ ಕೃಪೆಯ ಆಸನದ ಕೆಳಗೆ ಎಲ್ಲರೂ ಒಟ್ಟುಗೂಡಿದ್ದಾರೆ ಮತ್ತು ನಿಮ್ಮ ಪ್ರಕಾಶದ ಬೆಳಕಿನಿಂದ ಪ್ರಕಾಶಿಸುತ್ತಿದ್ದಾರೆ.

ಓ ಕರ್ತನೇ, ನೀನು ಎಲ್ಲರಿಗೂ ದಯೆಯುಳ್ಳವನು, ನೀನೇ ಎಲ್ಲರಿಗೂ ಪೋಷಕನು, ನೀನು ಎಲ್ಲರಿಗೂ ಆಶ್ರಯವನ್ನು ಕೊಡುವೆ ಮತ್ತು ನೀವು ಎಲ್ಲರಿಗೂ ಜೀವವನ್ನು ನೀಡುತ್ತೀರಿ. ನೀವು ಎಲ್ಲರಿಗೂ ಪ್ರತಿಭೆ ಮತ್ತು ನೈತಿಕತೆಯನ್ನು ನೀಡಿದ್ದೀರಿ ಮತ್ತು ಎಲ್ಲರೂ ನಿಮ್ಮ ಯಾದ ಸಾಗರದಲ್ಲಿ ವಿಲೀನವಾಗುತ್ತಾರೆ. ಅದನ್ನು ಮಾಡು, ಓ ಕರುಣಾಮಯಿ ಕರ್ತನೇ! ಎಲ್ಲರನ್ನೂ ಏಕತೆಯ ಎಳೆಯಲ್ಲಿ ಕಟ್ಟಿ, ಧರ್ಮಗಳ ನಡುವೆ ಒಡಂಬಡಿಕೆಯನ್ನು ಸ್ಥಾಪಿಸಿ ಮತ್ತು ಎಲ್ಲಾ ಪದಗಳನ್ನು ಒಂದುಗೂಡಿಸಿ ಇದರಿಂದ ಒಂದು ಮನೆ ರೂಪುಗೊಳ್ಳುತ್ತದೆ. ಅವರು ಒಂದೇ ಕುಟುಂಬದಂತಾಗಲಿ ಮತ್ತು ಎಲ್ಲರೂ ಸೌಹಾರ್ದತೆ ಮತ್ತು ಐಕ್ಯತೆಯಿಂದ ಬಾಳಲು ಇಡೀ ಭೂಮಿಗೆ ಅಂತಹ ವರವನ್ನು ನೀಡಲಿ. ಓ ಕರ್ತನೇ, ಮನುಕುಲದಲ್ಲಿ ಏಕತೆಯ ಧ್ವಜವನ್ನು ಎತ್ತಿ. ಓ ದೇವರೇ ಮಾನವ ಹೃದಯಗಳನ್ನು ಒಟ್ಟಿಗೆ ಸೇರಿಸು. ಉಲ್ಲಾಸಿತ್ - ಓ ಕರುಣಾಮಯಿ ಕರ್ತನೇ, ಓ ಪರಮ ತಂದೆಯೇ, ನಿನ್ನ ಪ್ರೀತಿಯಿಂದ ನಮ್ಮ ಹೃದಯಗಳನ್ನು ಸಂತೋಷದಿಂದ ತುಂಬಿ, ನಿನ್ನ ಮಾರ್ಗದರ್ಶನದ ಬೆಳಕಿನಿಂದ ನಮ್ಮ ಕಣ್ಣುಗಳನ್ನು ಬೆಳಗಿಸು, ನಿನ್ನ ಮಧುರವಾದ ಧ್ವನಿಯಿಂದ ನಮ್ಮ ಕಿವಿಗಳಿಗೆ ಸಂತೋಷವನ್ನು ನೀಡು ಮತ್ತು ಮೇಲಾವರಣದಲ್ಲಿ ನಮಗೆ ಆಶ್ರಯ ನೀಡು. ನೀವು ಬಲಶಾಲಿ, ಬಲಶಾಲಿ. ನೀವು ಕ್ಷಮಿಸುವ ಮತ್ತು

ಮಾನವಕುಲದ ತಪ್ಪುಗಳ ಬಗ್ಗೆ ಅಸಡ್ಡೆ ಹೊಂದಿದ್ದೀರಿ.   -ಅಬ್ದುಲ್ ಬಹಾ

ಮಹಾತ್ಮ ಗಾಂಧಿ

ಓ ನಮ್ರತೆಯ ರಾಜ! ದೀನ್ ಭಂಗಿಯ ಕೆಳಹಂತದ ಕುಟೀರದ ನಿವಾಸಿ! ಗಂಗಾ, ಯಮುನಾ ಮತ್ತು ಬ್ರಹ್ಮಪುತ್ರದ ನೀರಿನಿಂದ ನೀರಿರುವ ಈ ಸುಂದರವಾದ ಭೂಮಿಯಲ್ಲಿ ನಿಮ್ಮನ್ನು ಎಲ್ಲೆಡೆ ಹುಡುಕಲು ನಮಗೆ ಸಹಾಯ ಮಾಡಿ; ನಮಗೆ ಗ್ರಹಿಕೆ ಮತ್ತು ತೆರೆದ ಹೃದಯವನ್ನು ನೀಡಿ; ನಿಮ್ಮ ಸ್ವಂತ ನಮ್ರತೆಯನ್ನು ನೀಡಿ; ಭಾರತದ ಜನರೊಂದಿಗೆ ಒಂದಾಗಲು ನನಗೆ ಶಕ್ತಿ ಮತ್ತು ಉತ್ಸಾಹವನ್ನು ನೀಡಿ. ಓ ದೇವರೇ! ಮನುಷ್ಯನು ನಿನ್ನಲ್ಲಿ ಆಶ್ರಯ ಪಡೆದಾಗ, ಖಾಲಿಯಾದಾಗ ನೀವು ಸಹಾಯ ಮಾಡಲು ಬರುತ್ತೀರಿ. ಜನರ ಸೇವಕನಾಗಿ ಮತ್ತು ಸ್ನೇಹಿತರಾಗಿ ನಮಗೆ ವರವನ್ನು ನೀಡು ನಾವು ಸೇವೆ ಮಾಡಲು ಬಯಸುತ್ತೇವೆ, ಅದರಿಂದ ಎಂದಿಗೂ ಬೇಸರ್‌ಪಡುವುದಿಲ್ಲ. ನಮ್ಮನ್ನು ತ್ಯಾಗ, ವಿನಯ, ಭಕ್ತಿ ಮತ್ತು ನಮ್ರತೆಯ ಪ್ರತಿಮೆಯನ್ನಾಗಿ ಮಾಡಿ, ಇದರಿಂದ ನಾವು ಈ ದೇಶಕ್ಕೆ ಹೆಚ್ಚು ಸೇವೆ ಸಲ್ಲಿಸಬಹುದು. ಅರ್ಥಮಾಡಿಕೊಳ್ಳಿ ಮತ್ತು ಇನ್ನಷ್ಟು ಬೇಕು.

(ಮಹಾತ್ಮ ಗಾಂಧಿ)

ಡ್ರೂಜ್ ಪ್ರಾರ್ಥನೆ

"ದೇವರ ಪರಿಕಲ್ಪನೆಯ ಕುರಿತು, ಹಮ್ಝಾ ಇಬ್ನ್ ಅಲಿ ಬರೆದಿದ್ದಾರೆ

ಮಾನವ ಮನಸ್ಸುಗಳಿಗೆ ಯಾವುದೇ ಪರಿಚಯ ಮತ್ತು ಅನುಕ್ರಮವಿಲ್ಲದೆ ದೇವರ ಜ್ಞಾನವನ್ನು ನೀಡಿದರೆ, ಆ ಮಾನವ ಮನಸ್ಸುಗಳು ಪ್ರಜ್ಞಾಹೀನವಾಗುತ್ತವೆ ಮತ್ತು ಬೀಳುತ್ತವೆ.

...ಸಂಪೂರ್ಣ ಬುದ್ಧಿವಂತಿಕೆಯ ಪ್ರವರ್ತಕ. ಅವನು ಅಕ್ಷರಶಃ ಎಲ್ಲಾ ಸೃಷ್ಟಿ ಜೀವಿಗಳನ್ನು ಅದರೊಳಗೆ ಸೀಮಿತಗೊಳಿಸಿದನು, ಆದ್ದರಿಂದ ಅದರ ಹೊರಗೆ ಏನೂ ಇಲ್ಲ.

ಪುನರ್ಜನ್ಮ ಮತ್ತು ಸಾರ್ವತ್ರಿಕ ಆತ್ಮದ ಪರಿಕಲ್ಪನೆಯ ಕುರಿತು ಬಹೌದ್ದೀನ್ ಬರೆದಿದ್ದಾರೆ

ಓ ವಿಚಲಿತರೇ, ತನ್ನ ವಸ್ತುವನ್ನು ಕಳೆದುಕೊಂಡವನು ಜ್ಞಾನವನ್ನು ಹೇಗೆ ಪಡೆಯುತ್ತಾನೆ?

ಓ ಅಜಾಗರೂಕರೇ, ತನ್ನ ಇಂದ್ರಿಯ ಸಾಮರ್ಥ್ಯವನ್ನು ತ್ಯಜಿಸುವವನು ಅಜ್ಞಾನವನ್ನು ಹೇಗೆ ಪಡೆಯುತ್ತಾನೆ?

ಮತ್ತು ಓಹ್, ಗೊಂದಲಕ್ಕೊಳಗಾದವರೇ, ಆತ್ಮಗಳು ಹೇಗೆ ತಾನಾಗಿಯೇ ಅಸ್ತಿತ್ವದಲ್ಲಿರುತ್ತವೆ?

ಮತ್ತು ಅವರು ತಮ್ಮ ಕೋರ್ಗೆ ಹೇಗೆ ನೆಲೆಸಬಹುದು, ಮತ್ತು ಇನ್ನೂ ಬದುಕುತ್ತಾರೆ ಮತ್ತು ಅವರ ಸಂತೋಷವನ್ನು ಕಂಡುಕೊಳ್ಳುತ್ತಾರೆ?

ನಾಸ್ತಿಕತೆಯ ಪರಿಕಲ್ಪನೆಯ ಮೇಲೆ, ಬಹಾವುದ್ದೀನ್ ವಾದಿಸಿದರು ಅಸ್ತಿತ್ವವನ್ನು ನಂಬುವುದು ಅಸ್ತಿತ್ವವನ್ನು ನಿರಾಕರಿಸುತ್ತದೆ. ಇದು ಅಪನಂಬಿಕೆ, ನಾಸ್ತಿಕತೆ ಮತ್ತು ನಿರಾಕರಣೆಗೆ ಕಾರಣವಾಗುವ ಮಾರ್ಗವಾಗಿದೆ.

ಜ್ಞಾನದ ಪತ್ರಗಳ ರಹಸ್ಯದ ಬಗ್ಗೆ, ಹಮ್ಮೂ ಇಬ್ನ್ ಅಲಿ ಬರೆದರು ದೈವಿಕ ಜ್ಞಾನವನ್ನು ಅರ್ಹರಲ್ಲದವರಿಂದ ರಕ್ಷಿಸಿ ಮತ್ತು ಅರ್ಹರಿಂದ ಅದನ್ನು ತಡೆಹಿಡಿಯಬೇಡಿ.
ದೈವಿಕ ಜ್ಞಾನವನ್ನು ಅರ್ಹರಿಂದ ತಡೆಹಿಡಿಯುವವನು ನಿಜವಾಗಿಯೂ ತನಗೆ ವಹಿಸಿಕೊಟ್ಟದ್ದನ್ನು ಅವಮಾನಿಸುತ್ತಾನೆ ಮತ್ತು ಅವನ ಧರ್ಮದ ವಿರುದ್ಧ ತ್ಯಾಗ ಮಾಡುತ್ತಾನೆ;
ಮತ್ತು ಯಾರು ಅದನ್ನು ಅರ್ಹರಲ್ಲದವರಿಗೆ ಹೇಳುತ್ತಾರೋ, ಅವರ ನಂಬಿಕೆಯು ಸತ್ಯವನ್ನು ಅನುಸರಿಸುವುದರಿಂದ ವಿಮುಖವಾಗುತ್ತದೆ.
ಆದ್ದರಿಂದ ಧರ್ಮಗ್ರಂಥಗಳನ್ನು ಅರ್ಹರಲ್ಲದವರಿಂದ ಸುರಕ್ಷಿತವಾಗಿಡಬೇಕು.

ಅವರು ಕಾಮೆಂಟ್ ಮಾಡಿದರೂ
ನಮ್ಮ ಭಗವಂತನ ಏಕತೆಯ ಜ್ಞಾನದ ಸಹಾಯದಿಂದ ಅಜ್ಞಾನದಿಂದ ನಿಮ್ಮನ್ನು ರಕ್ಷಿಸಿಕೊಳ್ಳಿ ...

ದೇವರ ಏಕತೆಯ ಬಗ್ಗೆ ಮತ್ತು ಮನಸ್ಸಿನ ಶಾಂತಿ ಮತ್ತು ಸಂತೃಪ್ತಿಯ ಸ್ಥಿತಿಯಲ್ಲಿ (ರಿದಾ) ವಾಸಿಸುವ ಮತ್ತು ನಿಜವಾದ ಪ್ರೀತಿಯ ಜ್ಞಾನವನ್ನು ಗಳಿಸುವ ಬಗ್ಗೆ, ಹಮ್ಮೂ ಇಬ್ನ್ ಅಲಿ ಸಂದೇಶವನ್ನು ಬಿಟ್ಟರು
ನಿಮ್ಮ ಒಡನಾಡಿಗಳನ್ನು ರಕ್ಷಿಸಲು ನಾನು ನಿಮಗೆ ಆದೇಶಿಸುತ್ತೇನೆ. ಅವರನ್ನು ರಕ್ಷಿಸುವ ನಿಮ್ಮ ನಂಬಿಕೆ ಪರಿಪೂರ್ಣತೆಯನ್ನು ತಲುಪುತ್ತದೆ."

ನಾಸ್ತಿಕ ಪ್ರಾರ್ಥನೆ

ಬೆಳಗಿನ ಪ್ರಾರ್ಥನೆ
ತಂದೆ, ಮಗ ಮತ್ತು ಪವಿತ್ರ ಆತ್ಮದ ಹೆಸರಿನಲ್ಲಿ. ಆಮೆನ್.

ಎದ್ದೇಳುವುದು, ಸ್ವರ್ಗೀಯ ತಂದೆಯೇ, ನಾನು ನಿನ್ನ ಸ್ತುತಿಯನ್ನು ಹಾಡುತ್ತೇನೆ ಮತ್ತು ದೈವಿಕ ಗುರುಗಳು ನಮಗೆ ಕಲಿಸಿದ ಪ್ರಾರ್ಥನೆಯನ್ನು ಆತ್ಮವಿಶ್ವಾಸದಿಂದ ಮತ್ತೊಮ್ಮೆ ಹೇಳಲು ನಾನು ಧೈರ್ಯಮಾಡುತ್ತೇನೆ.

ಯುಗಗಳ ಆಳದಲ್ಲಿರುವ ನಮ್ಮ ತಂದೆಯೇ, ನಿಮ್ಮ ಪವಿತ್ರ ಲೋಗೋಗಳು ಮತ್ತು ಕ್ರಿಸ್ತನನ್ನು ವಿಶ್ವದಾದ್ಯಂತ ಅರ್ಥಮಾಡಿಕೊಳ್ಳಬಹುದು ಮತ್ತು ಪೂಜಿಸಬಹುದು; ನಿನ್ನ ಪವಿತ್ರಾತ್ಮನ ರಾಜ್ಯವು ನಮ್ಮ ಮೇಲೆ ಬರಲಿ, ನಿನ್ನ ಚಿತ್ತವು ಸ್ವರ್ಗದಲ್ಲಿರುವಂತೆ ಭೂಮಿಯಲ್ಲಿಯೂ ನೆರವೇರಲಿ. ಇಂದು ನಮಗೆ ನಮ್ಮ ಆಧ್ಯಾತ್ಮಿಕ ಆಹಾರ, ನಮ್ಮ ದೇಹಕ್ಕೆ ರೊಟ್ಟಿಯನ್ನು ಗಳಿಸುವ ಶಕ್ತಿ ಮತ್ತು ಧೈರ್ಯವನ್ನು ನೀಡಿ. ನಮ್ಮ ಸಭೆಯು ಪಶ್ಚಾತ್ತಾಪ ಪಡುವ ಪಾಪಿಗಳನ್ನು ಕ್ಷಮಿಸಿದಂತೆ, ನಿಮ್ಮ ನಿಯಮಗಳಿಂದ ವಿಮುಖರಾಗುವುದಕ್ಕಾಗಿ ನಮ್ಮನ್ನು

ಕ್ಷಮಿಸಿ. ನಮ್ಮ ದೌರ್ಬಲ್ಯದಲ್ಲಿ ನಮ್ಮನ್ನು ಬೆಂಬಲಿಸಿ, ಇದರಿಂದ ನಾವು ನಮ್ಮ ಭಾವೋದ್ರೇಕಗಳಿಂದ ದೂರ ಹೋಗುವುದಿಲ್ಲ ಮತ್ತು ಆರ್ಕಾನ್‌ಗಳ ಮೋಸಗೊಳಿಸುವ ಮರೀಚಿಕೆಗಳಿಂದ ನಮ್ಮನ್ನು ರಕ್ಷಿಸಿ. ಯಾಕಂದರೆ ನಮ್ಮ ರಕ್ಷಕನಾದ ನಿನ್ನ ಪ್ರೀತಿಯ ಮಗನಾದ ಕ್ರಿಸ್ತನನ್ನು ಹೊರತುಪಡಿಸಿ ನಮಗೆ ಬೇರೆ ರಾಜನಿಲ್ಲ, ಅವರ ರಾಜ್ಯ, ವಿಜಯ ಮತ್ತು ಮಹಿಮೆ ಶಾಶ್ವತವಾಗಿದೆ. ಆಮೆನ್.

ಓ ಕರ್ತನೇ, ಓ ದೈವಿಕ ಬೋಧಕನೇ, ನನ್ನ ಪ್ರಾರ್ಥನೆಯನ್ನು ಕೇಳಿ, ನನ್ನ ಪ್ರಾರ್ಥನೆಯನ್ನು ಕೇಳಿ; ಬೆಳಿಗ್ಗೆಯಿಂದ ನಿನ್ನ ಕರುಣೆಯ ಧ್ವನಿಯನ್ನು ನಾನು ಕೇಳಲಿ, ಏಕೆಂದರೆ ನಾನು ಒಪ್ಪಿಸುತ್ತೇನೆ. ನಾನು ನಿನ್ನನ್ನು ಪೂಜಿಸುತ್ತೇನೆ, ನಾನು ನಿನ್ನನ್ನು ಸ್ತುತಿಸುತ್ತೇನೆ, ಬೆಳಿಗ್ಗೆಯಿಂದ ನಾನು ನಿಮಗೆ ಧನ್ಯವಾದಗಳು.

ರಾತ್ರಿಯಲ್ಲಿ ನೀವು ನನ್ನನ್ನು ಎಲ್ಲಾ ಅಪಾಯಗಳಿಂದ ಮತ್ತು ನನಗೆ ಹಾನಿ ಮಾಡಬಹುದಾದ ಎಲ್ಲಾ ದುಷ್ಟರಿಂದ ರಕ್ಷಿಸಿದ್ದಕ್ಕಾಗಿ ಮತ್ತು ನಿಮ್ಮ ರಕ್ಷಣೆಯಿಂದ ನನ್ನನ್ನು ಆವರಿಸಿದ್ದಕ್ಕಾಗಿ ನಾನು ನಿಮಗೆ ಧನ್ಯವಾದಗಳು. ಈ ದಿನದಲ್ಲಿ, ನನ್ನ ಬೆಂಬಲ, ನನ್ನ ಶಕ್ತಿ, ನನ್ನ ಆಶ್ರಯ, ನನ್ನ ಮೋಕ್ಷ ಮತ್ತು ನನ್ನ ಸಮಾಧಾನ. ಆಮೆನ್.

ಓ ನನ್ನ ತಂದೆಯೇ, ನಾನು ಇಲ್ಲಿಯವರೆಗೆ ನಿಮ್ಮಿಂದ ಪಡೆದ ಎಲ್ಲಾ ಒಳ್ಳೆಯ ವಿಷಯಗಳಿಗಾಗಿ ನಾನು ನಿಮಗೆ ಧನ್ಯವಾದಗಳು. ನಿನ್ನ ಒಳ್ಳೆಯತನದಿಂದಲೇ ನಾನು ಈ ದಿನ ನೋಡುತ್ತಿದ್ದೇನೆ; ನಾನು ಅದನ್ನು ನಿಮಗೆ ಸೇವೆ ಮಾಡಲು ಬಳಸಲು ಬಯಸುತ್ತೇನೆ. ನನ್ನ ಎಲ್ಲಾ ಆಲೋಚನೆಗಳು, ಮಾತುಗಳು, ಕಾರ್ಯಗಳು ಮತ್ತು ದುಃಖಗಳನ್ನು ನಾನು ನಿಮಗೆ ಅರ್ಪಿಸುತ್ತೇನೆ. ನನ್ನ ದೇವರೇ, ಅವರನ್ನು ಆಶೀರ್ವದಿಸಿ, ಆದ್ದರಿಂದ ನಿಮ್ಮ ಪ್ರೀತಿಯಿಂದ ಕ್ರಿಯಾಶೀಲರಾಗದವರು ಮತ್ತು ನಿಮಗೆ ಕೀರ್ತಿಯನ್ನು ನೀಡದವರು ಯಾರೂ ಇರಬಾರದು. ಆಮೆನ್.ತಂದೆ, ಮಗ ಮತ್ತು ಪವಿತ್ರ ಆತ್ಮದ ಹೆಸರಿನಲ್ಲಿ. ಆಮೆನ್.

ಮ್ಯಾಂಡೇಯನ್ ಪ್ರಾರ್ಥನೆ

ಆಡಮ್‌ಗೆ ಉತ್ರಾ ಸೂಚನೆ

ನಿದ್ರಿಸಬೇಡಿ ಅಥವಾ ನಿದ್ರೆಯಲ್ಲಿ ಮಲಗಬೇಡಿ,

ಮತ್ತು ನಿಮ್ಮ ಪ್ರಭು ನಿಮಗೆ ಆಜ್ಞಾಪಿಸಿದ್ದನ್ನು ಮರೆಯಬೇಡಿ.

ಮನೆ, ಜಗದ ಮಗನಾಗಬೇಡ,

ಮತ್ತು ಟಿಬಿಲ್‌ನಲ್ಲಿ ಅಪರಾಧಿ ಎಂದು ಹೆಸರಿಸಬೇಡಿ.

ಪರಿಮಳಯುಕ್ತ ಹೂಮಾಲೆಗಳನ್ನು ಪ್ರೀತಿಸಬೇಡಿ,

ಮತ್ತು ಆಕರ್ಷಕ ಮಹಿಳೆಯನ್ನು ಪ್ರೀತಿಸಬೇಡಿ.

ಪರಿಮಳವನ್ನು ಪ್ರೀತಿಸಬೇಡಿ,

ಮತ್ತು ರಾತ್ರಿಯ ಪ್ರಾರ್ಥನೆಯನ್ನು ನಿರ್ಲಕ್ಷಿಸಬೇಡಿ.

ವಿಶ್ವಾಸಘಾತುಕ ಶಕ್ತಿಗಳು ಮತ್ತು ಪ್ರಲೋಭಕ ವೇಶ್ಯೆಯರನ್ನು ಪ್ರೀತಿಸಬೇಡಿ. ಕಾಮ ಮತ್ತು ಸುಳ್ಳು ರಾಕ್ಷಸರನ್ನು ಪ್ರೀತಿಸಬೇಡಿ. ವೈನ್ ಕುಡಿಯಬೇಡಿ ಅಥವಾ ಕುಡಿಯಬೇಡಿ ಮತ್ತು ನಿಮ್ಮ ಆಲೋಚನೆಗಳಲ್ಲಿ ನಿಮ್ಮ ಯಜಮಾನನನ್ನು ಮರೆಯಬೇಡಿ. ನಿಮ್ಮ ಬರುವಿಕೆ ಮತ್ತು ಹೋಗುವುದರಲ್ಲಿ

ಜಾಗರೂಕರಾಗಿರಿ; ನಿಮ್ಮ ಯಜಮಾನನನ್ನು ಮರೆಯಬೇಡಿ. ನಿಮ್ಮ ಬರುವಿಕೆ ಮತ್ತು ಹೋಗುವುದರಲ್ಲಿ ಜಾಗರೂಕರಾಗಿರಿ; ನಿಮ್ಮ ಯಜಮಾನನನ್ನು ಮರೆಯಬೇಡಿ. ನಿಮ್ಮ ಕುಳಿತುಕೊಳ್ಳುವಲ್ಲಿ ಮತ್ತು ನಿಂತಿರುವಲ್ಲಿ ಜಾಗರೂಕರಾಗಿರಿ; ನಿಮ್ಮ ಯಜಮಾನನನ್ನು ಮರೆಯಬೇಡಿ. ನಿಮ್ಮ ವಿಶ್ರಾಂತಿ ಮತ್ತು ಮಲಗಿರುವಾಗ ನಿಮ್ಮ ಯಜಮಾನನನ್ನು ಮರೆಯಬೇಡಿ. ನಾನು ಹಿರಿಯ ಮಗ ಎಂಬ ಕಾರಣಕ್ಕೆ ನಾನು ಏನು ಮಾಡಿದರೂ ಮೂರ್ಖತನದಿಂದ ನಾನು ಸುರಕ್ಷಿತವಾಗಿರುತ್ತೇನೆ ಎಂದು ಹೇಳಬೇಡಿ. ಆಡಮ್, ಜಗತ್ತನ್ನು ನೋಡಿ ಅದು ಸಂಪೂರ್ಣವಾಗಿ ಅವಾಸ್ತವಿಕ ವಿಷಯವಾಗಿದೆ. ಇದು ನೀವು ನಂಬಲು ಸಾಧ್ಯವಾಗದ ಅವಾಸ್ತವಿಕ ವಿಷಯವಾಗಿದೆ.

ನೆಸ್ಟೋರಿಯನ್ ಪ್ರಾರ್ಥನೆ

M.J.Birney ಅವರಿಂದ ಅರಾಮಿಕ್‌ನಿಂದ ಅನುವಾದ

ನಮ್ಮ ಕರ್ತನಾದ ಯೇಸು ಕ್ರಿಸ್ತನ ಶಕ್ತಿಯಿಂದ ನಾವು ಬರೆಯಲು ಪ್ರಾರಂಭಿಸುತ್ತೇವೆ

ಅಪೊಸ್ತಲರ ಪವಿತ್ರೀಕರಣದ ಆದೇಶ

ಯಾರನ್ನು

ಮಾರ್ ಅಡ್ಡೈ ಮತ್ತು ಮಾರ್ ಮಾರಿ, ಆಶೀರ್ವದಿಸಿದ ಅಪೊಸ್ತಲರಿಂದ ಸಂಯೋಜಿಸಲ್ಪಟ್ಟವು

ನಮ್ಮ ಕರ್ತನೇ, ನಿನ್ನ ಕರುಣೆಯಲ್ಲಿ ನನಗೆ ಸಹಾಯ ಮಾಡು, ಆಮೆನ್

ಎಲ್ಲಾ ಮೊದಲ

ಪಾದ್ರಿ ಪ್ರಾರಂಭಿಸುತ್ತಾನೆ: ತಂದೆಯ ಹೆಸರಿನಲ್ಲಿ, ಮತ್ತು ಮಗ ಮತ್ತು ಪವಿತ್ರ ಆತ್ಮದ ಶಾಶ್ವತವಾಗಿ. ಎತ್ತರದಲ್ಲಿ ದೇವರಿಗೆ ಮಹಿಮೆ, ಮೂರು ಬಾರಿ ಪುನರಾವರ್ತಿಸಿ, ಮತ್ತು ಭೂಮಿಯ ಮೇಲೆ ಶಾಂತಿ ಮತ್ತು ಶಾಶ್ವತವಾಗಿ ಮತ್ತು ಎಂದೆಂದಿಗೂ ಮನುಷ್ಯರಿಗೆ ಉತ್ತಮ ಭರವಸೆ, ಆಮೆನ್.

ತದನಂತರ ಪರಲೋಕದಲ್ಲಿರುವ ನಮ್ಮ ತಂದೆಯೇ, ನಿನ್ನ ಹೆಸರು ಪವಿತ್ರವಾಗಲಿ. ನಿನ್ನ ರಾಜ್ಯ ಬರಲಿ. ಪವಿತ್ರ, ಪವಿತ್ರ, ಪವಿತ್ರ, ನೀವು ಸ್ವರ್ಗದಲ್ಲಿರುವ ನಮ್ಮ ತಂದೆಯೇ, ಏಕೆಂದರೆ ಸ್ವರ್ಗ ಮತ್ತು ಭೂಮಿಯು ನಿಮ್ಮ ಮಹಿಮೆಯ ವೈಭವದಿಂದ ತುಂಬಿದೆ. ದೇವದೂತರು ಮತ್ತು ಮನುಷ್ಯರು ನಿಮಗೆ ಕೂಗುತ್ತಾರೆ, ನೀವು ಪವಿತ್ರ, ಪವಿತ್ರ, ಪವಿತ್ರರು. ಪರಲೋಕದಲ್ಲಿರುವ ನಮ್ಮ ತಂದೆಯೇ, ನಿನ್ನ ನಾಮವು ಪವಿತ್ರವಾಗಲಿ. ನಿನ್ನ ರಾಜ್ಯ ಬರಲಿ. ಸ್ವರ್ಗದಲ್ಲಿರುವಂತೆ ಭೂಮಿಯಲ್ಲಿಯೂ ನಿಮ್ಮ ಆಸೆ ಈಡೇರಲಿ. ಇಂದು ನಮಗೆ ಅಗತ್ಯವಾದ ರೊಟ್ಟಿಯನ್ನು ಕೊಡು, ಮತ್ತು ನಮ್ಮ ಸಾಲಗಾರರನ್ನು ನಾವು ಕ್ಷಮಿಸುವಂತೆ ನಮ್ಮ ಸಾಲಗಳನ್ನು ನಮಗೆ ಕ್ಷಮಿಸಿ. ಮತ್ತು ನಮ್ಮನ್ನು ಪ್ರಚೋದಿಸಬೇಡಿ, ಆದರೆ ದುಷ್ಟರಿಂದ ನಮ್ಮನ್ನು ರಕ್ಷಿಸಿ. ಯಾಕಂದರೆ ರಾಜ್ಯವೂ ಶಕ್ತಿಯೂ ಮಹಿಮೆಯೂ ಎಂದೆಂದಿಗೂ ನಿನ್ನದಾಗಿದೆ, ಆಮೆನ್. ತಂದೆಗೆ, ಮತ್ತು ಮಗನಿಗೆ, ಮತ್ತು ಪವಿತ್ರ ಆತ್ಮಕ್ಕೆ ಶಾಶ್ವತವಾಗಿ

ಶಾಶ್ವತವಾಗಿ, ಆಮೆನ್ ಮತ್ತು ಆಮೆನ್. ಪರಲೋಕದಲ್ಲಿರುವ ನಮ್ಮ ತಂದೆಯೇ, ನಿನ್ನ ನಾಮವು ಪವಿತ್ರವಾಗಲಿ. ನಿನ್ನ ರಾಜ್ಯ ಬರಲಿ. ಪವಿತ್ರ, ಪವಿತ್ರ, ಪವಿತ್ರ, ಸ್ವರ್ಗದಲ್ಲಿರುವ ನಮ್ಮ ತಂದೆ, ಭಾನುವಾರ ಮತ್ತು ಹಬ್ಬದ ದಿನಗಳಿಗಾಗಿ: ನಮ್ಮ ಕರ್ತನು ಮತ್ತು ನಮ್ಮ ದೇವರೇ, ನಿನ್ನ ಕರುಣೆಯಿಂದ ನಮ್ಮ ದೌರ್ಬಲ್ಯದಲ್ಲಿ ನಮ್ಮನ್ನು ಬಲಪಡಿಸು, ನವೀಕರಣ ಮತ್ತು ಮೋಕ್ಷಕ್ಕಾಗಿ ನಮ್ಮ ದುರ್ಬಲವಾದ ಪವಿತ್ರ ರಹಸ್ಯಗಳನ್ನು ನಾವು ನಿರ್ವಹಿಸಬಹುದು. ಪ್ರಕೃತಿಯ, ನಿಮ್ಮ ಪ್ರೀತಿಯ ಮಗನ ಕರುಣೆಯಿಂದ ಶಾಶ್ವತವಾಗಿ ನೀಡಲಾಗಿದೆ, ಓ ಎಲ್ಲರ ಕರ್ತನೇ, ತಂದೆ, ಮಗ ಮತ್ತು ಪವಿತ್ರಾತ್ಮ.ಎರಡನೆಯದಾಗಿ, ಭಗವಂತನ ಹಬ್ಬಗಳಿಗಾಗಿ: ನಮ್ಮ ಕರ್ತನೇ ಮತ್ತು ನಮ್ಮ ದೇವರೇ, ನಿಮ್ಮ ಹೆಸರನ್ನು ನಿಜವಾಗಿಯೂ ನಂಬುವವರಿಗೆ ಮತ್ತು ಯಾವುದೇ ವಿರೂಪವಿಲ್ಲದೆ ನಿಜವಾಗಿ ತಪ್ಪೊಪ್ಪಿಕೊಂಡವರಿಗೆ ಬಲವನ್ನು ನೀಡಿ, ಅವರು ಕ್ಷಮಿಸುವ ರಹಸ್ಯಗಳನ್ನು ಪವಿತ್ರವಾಗಿ ಪ್ರವೇಶಿಸಬಹುದು , ಇದು ಅವರ ಆತ್ಮ ಮತ್ತು ದೇಹವನ್ನು ಶುದ್ಧೀಕರಿಸುತ್ತದೆ. ಕಳಂಕಗಳಿಂದ ಮುಕ್ತವಾದ ಮತ್ತು ಅಶುದ್ಧವಾದ ಆಲೋಚನೆಗಳಿಂದ ಕಳಂಕವಿಲ್ಲದ ಹೃದಯ ಮತ್ತು ಮನಸ್ಸಿನಿಂದ ಅವರು ನಿಮಗೆ ಗೌರವಯುತವಾಗಿ ಸೇವೆ ಸಲ್ಲಿಸಲಿ. ತಂದೆ, ಮಗ ಮತ್ತು ಪವಿತ್ರಾತ್ಮದ ಕರ್ತನೇ, ನಿನ್ನ ಕೃಪೆಯ ಹೇರಳವಾದ ಕರುಣೆಯಿಂದ ನೀವು ನಮಗೆ ಶಾಶ್ವತವಾಗಿ ನೀಡಿದ ಮೋಕ್ಷಕ್ಕಾಗಿ ಅವರು ನಿಮ್ಮನ್ನು ನಿರಂತರವಾಗಿ ವೈಭವೀಕರಿಸುತ್ತಾರೆ ಮತ್ತು ಅವರು ನೇಮಕಗೊಂಡ ಮೆರ್ಮೀತ್ ಅನ್ನು ಪ್ರಾರಂಭಿಸುತ್ತಾರೆ, ಮತ್ತು ನಂತರ: ನಮಗೆ ಶಾಂತಿ ಸಿಗಲಿ ಒಟ್ಟಿಗೆ.

ಸ್ಮಾರಕಗಳು ಮತ್ತು ಸಾಮಾನ್ಯ ದಿನಗಳಿಗಾಗಿ: ನಿಮ್ಮ ಅದ್ಭುತ ಟ್ರಿನಿಟಿಯ ಗೌರವಾನ್ವಿತ ಮತ್ತು ಅದ್ಭುತವಾದ ಹೆಸರನ್ನು ಸ್ವರ್ಗದಲ್ಲಿ ಮತ್ತು ಭೂಮಿಯ ಮೇಲೆ ಪ್ರತಿ ಗಂಟೆಗೆ ಪೂಜಿಸಿ, ಹೊಗಳಿ, ಗೌರವಿಸಿ, ವೈಭವೀಕರಿಸಿ,

ಅಂಗೀಕರಿಸಿ ಮತ್ತು ಆಶೀರ್ವದಿಸಲಿ, ಓ ಎಲ್ಲರ ಕರ್ತನೇ, ತಂದೆ, ಮಗ ಮತ್ತು ಪವಿತ್ರ ಶಾಶ್ವತವಾಗಿ ಆತ್ಮ.

ಚರ್ಚ್ ಆಫ್ ಸೈತಾನ

ಚರ್ಚ್ ಆಫ್ ಸೈತಾನ್, 1960 ರ ದಶಕದಲ್ಲಿ ಯುನೈಟೆಡ್ ಸ್ಟೇಟ್ಸ್‌ನಲ್ಲಿ ಆಂಟನ್ ಸ್ಯಾಂಡರ್ ಲೆವಿ (1930-1997) ನಿಂದ ಸ್ಥಾಪಿಸಲ್ಪಟ್ಟ ಪ್ರತಿ-ಸಂಸ್ಕೃತಿ ಗುಂಪು, ಹೋವರ್ಡ್ ಸ್ಟಾಂಟನ್ ಲೆವಿ ಜನಿಸಿದರು.   ಅದರ ಹೆಸರಿಗೆ ವಿರುದ್ಧವಾಗಿ,   ಚರ್ಚ್   "ದುಷ್ಟ"   ವನ್ನು   ಉತ್ತೇಜಿಸಲಿಲ್ಲ,   ಬದಲಿಗೆ ಮಾನವತಾವಾದಿ ಮೌಲ್ಯಗಳನ್ನು ಉತ್ತೇಜಿಸಿತು.ಸೈತಾನನ ಚರ್ಚ್ ನೀವು ಈ 'ದೆವ್ವದ ಆರಾಧನೆ' ಆಪಾದಿತ ಕೊಲೆಗಾರರನ್ನು ಸೈತಾನಿಸ್ಟ್ ಎಂದು ಕರೆಯುವುದನ್ನು ನಿಲ್ಲಿಸಲು ಬಯಸುತ್ತದೆ (ಜುಲೈ 25, 2024)
ಮಾಜಿ ಕಾರ್ನೀವಲ್ ಕೆಲಸಗಾರ, ಲೆವಿ ಅವರು ವರ್ಷಗಳಲ್ಲಿ ವಿವಿಧ ನಿಗೂಢ ಮತ್ತು ಧಾರ್ಮಿಕ-ಮ್ಯಾಜಿಕ್ ಬೋಧನೆಗಳನ್ನು ಹೀರಿಕೊಳ್ಳುತ್ತಿದ್ದರು, ಅವರು ಸ್ಥಾಪಿಸಿದ   ಚರ್ಚ್‌ನ   ಸಿದ್ಧಾಂತಗಳಲ್ಲಿ   ಅದನ್ನು   ಸಂಯೋಜಿಸಿದರು.

ವಾಲ್ಪುರ್ಗಿಸ್ನಾಚ್ಟ್, ಅಥವಾ ಮೇ ಈವ್ (30 ಏಪ್ರಿಲ್), 1966. ಅಮೇರಿಕನ್ ದೂರದರ್ಶನ ಮತ್ತು ಇತರ ಮಾಧ್ಯಮ ಪ್ರಸಾರದಲ್ಲಿ ಅವರ ಉಪಸ್ಥಿತಿಯು ಆರಂಭಿಕ ಮತಾಂತರವನ್ನು ಆಕರ್ಷಿಸಿತು, ಆದರೂ ಯಾವುದೇ ಒಂದು ಸಮಯದಲ್ಲಿ ಕೆಲವು ಸಾವಿರಕ್ಕಿಂತ ಹೆಚ್ಚು ಸದಸ್ಯರು ಇರಲಿಲ್ಲ. ಲಾವಿಯ ಸ್ಯಾನ್ ಫ್ರಾನ್ಸಿಸ್ಕೋ ಮನೆಯಲ್ಲಿ ನಡೆದ ವರ್ಣರಂಜಿತ ಆಚರಣೆಗಳ ವರದಿಗಳು - ಅವರು ಕಪ್ಪು ಬಣ್ಣ ಬಳಿಯಿದ್ದರು - ಚರ್ಚ್ ಅನ್ನು ಸುದ್ದಿಯಲ್ಲಿ ಇರಿಸಿದರು; ಜೇನ್ ಮ್ಯಾನ್ಸ್ಫೀಲ್ಡ್ ಮತ್ತು ಸ್ಯಾಮಿ ಡೇವಿಸ್, ಜೂನಿಯರ್ ಸೇರಿದಂತೆ ಅನೇಕ ಪ್ರಸಿದ್ಧ ವ್ಯಕ್ತಿಗಳು ಚರ್ಚ್‌ಗೆ ಸೇರಿದರು.LaVey ಚರ್ಚ್‌ನ ಬೋಧನೆಗಳು ಮತ್ತು ಆಚರಣೆಗಳನ್ನು ದಿ ಸ್ಯಾಟಾನಿಕ್ ಬೈಬಲ್‌ನಲ್ಲಿ (1969) ರೂಪಿಸಿದರು. ಚರ್ಚ್ ಸೈತಾನನನ್ನು ಕ್ರಿಸ್ಟಿಯನ್ ದುಷ್ಟತೆಯ ಮೂರ್ತರೂಪವಾಗಿ ಅಥವಾ ಅಸ್ತಿತ್ವದಲ್ಲಿರುವ ಜೀವಿಯಾಗಿ ಪೂಜಿಸಲಿಲ್ಲ. ಬದಲಾಗಿ, "ಅವರ ನರಕದ ವೈಭವ" ಮಾನವತಾವಾದಿ ಮೌಲ್ಯಗಳಾದ ಸ್ವಯಂ ದೃಢೀಕರಣ, ಅನ್ಯಾಯದ ಅಧಿಕಾರದ ವಿರುದ್ಧ ದಂಗೆ, ಪ್ರಮುಖ ಅಸ್ತಿತ್ವ ಮತ್ತು "ನಿರ್ಮಲ ಬುದ್ಧಿವಂತಿಕೆ" ಯನ್ನು ಸಂಕೇತಿಸುತ್ತದೆ ಎಂದು LaVey ಕಲಿಸಿದರು, ದೋಷವಿಲ್ಲದ ಜ್ಞಾನಕ್ಕಾಗಿ LaVey ಪದ. ಆಚರಣೆಗಳನ್ನು ಸೈಕೋಡ್ರಾಮಾವಾಗಿ ವಿನ್ಯಾಸಗೊಳಿಸಲಾಗಿದೆ, ಅದು ಸದಸ್ಯರು ತಮ್ಮ ಅಹಂಕಾರವನ್ನು ಅಭಿವೃದ್ಧಿಪಡಿಸಲು ಮತ್ತು ತಮ್ಮ ಜೀವನವನ್ನು ಅಧೀನ ದುರ್ಬಲರಾಗಿ ಬಿಡಲು ಪ್ರೋತ್ಸಾಹಿಸುತ್ತದೆ. ಆಚರಣೆಗಳು ಕಪ್ಪು ಮಾಸ್ ಅನ್ನು ಒಳಗೊಂಡಿತ್ತು, ಇದರಲ್ಲಿ ಬೆತ್ತಲೆ ಮಹಿಳೆಯನ್ನು ಬಲಿಪೀಠವಾಗಿ ಬಳಸಲಾಗುತ್ತಿತ್ತು.ಚರ್ಚ್‌ನ ಆರಂಭಿಕ ವರ್ಷಗಳಲ್ಲಿ, ಯುನೈಟೆಡ್ ಸ್ಟೇಟ್ಸ್‌ನಾದ್ಯಂತ ಸ್ಥಳೀಯ ಅಧ್ಯಾಯಗಳು ಅಥವಾ ಗ್ರೊಟ್ಟೋಗಳ ರಚನೆಯನ್ನು ಲೆವಿ ಅಧಿಕೃತಗೊಳಿಸಿದರು. 1970 ರ ದಶಕದಲ್ಲಿ ಹಲವಾರು ವಿವಾದಗಳು ಇದ್ದವು, ಅವರ ಪ್ರಮುಖ ಲೆಫ್ಟಿನೆಂಟ್‌ಗಳಲ್ಲಿ ಒಬ್ಬರಾದ ಮೈಕೆಲ್ ಅಕ್ವಿನೊ ಅವರು ಪ್ರತಿಸ್ಪರ್ಧಿ ಟೆಂಪಲ್ ಆಫ್ ಸೆಟ್ ಅನ್ನು ಸ್ಥಾಪಿಸಿದರು. ಈ ವಿವಾದಗಳಿಗೆ ಪ್ರತಿಕ್ರಿಯೆಯಾಗಿ, ಲೆವಿ ಗ್ರೊಟ್ಟೋವನ್ನು ವಿಸರ್ಜಿಸಿದರು, ಆದರೆ ಚರ್ಚ್ ರಾಷ್ಟ್ರೀಯ ಪ್ರಧಾನ ಕಛೇರಿಯೊಂದಿಗೆ ಸಂಪರ್ಕ ಹೊಂದಿದ ಪ್ರತ್ಯೇಕ

ಸದಸ್ಯರ ಸಡಿಲವಾದ ಸಂಘವಾಗಿ ಮುಂದುವರೆಯಿತು. 1997 ರಲ್ಲಿ, ಲೆವಿಯ ಮರಣದ ನಂತರ, ಬ್ಲಾಂಚೆ ಬಾರ್ಟನ್ ಚರ್ಚ್‌ನ ನಾಯಕನಾದನು."

"20 ನೇ ಶತಮಾನವು ಹಲವಾರು ಹೊಸ ಧರ್ಮಗಳ ಹೊರಹೊಮ್ಮುವಿಕೆಯನ್ನು ಕಂಡಿತು, ಅವರ ಅನುಯಾಯಿಗಳು ತಮ್ಮನ್ನು ಸೈತಾನರು ಅಥವಾ ಲೂಸಿಫೆರಿಯನ್ನರು ಎಂದು ಕರೆದರು, ಆದಾಗ್ಯೂ ಸೈತಾನ ಅಥವಾ ಲೂಸಿಫರ್ ಅನ್ನು ವ್ಯಕ್ತಿಯಾಗಿ ಅರ್ಥೈಸಿಕೊಳ್ಳುವಲ್ಲಿ ಗಣನೀಯ ವ್ಯತ್ಯಾಸವಿದೆ. ಉದಾಹರಣೆಗೆ, ಕೆಲವರು ತಾವು ನಂಬುವ ಲೂಸಿಫರ್ ಅನ್ನು ಆರಾಧಿಸಬೇಕೆಂದು ಒತ್ತಾಯಿಸುತ್ತಾರೆ. ಸೈತಾನನಿಂದ ಭಿನ್ನವಾಗಿರಲು, ಇತರರು ಎರಡೂ ಹೆಸರುಗಳನ್ನು ಸಮಾನಾರ್ಥಕವಾಗಿ ಪರಿಗಣಿಸುತ್ತಾರೆ ಆಧುನಿಕ ಧಾರ್ಮಿಕ ಸೈತಾನವಾದಿಗಳನ್ನು ಎರಡು ಶಿಬಿರಗಳಾಗಿ ವಿಂಗಡಿಸಬಹುದು: ನಾಸ್ತಿಕರು ಅಥವಾ ವಿಚಾರವಾದಿಗಳು, ಸೈತಾನ / ಲೂಸಿಫರ್ ಅವರು ಪ್ರತಿಪಾದಿಸಲು ಬಯಸುವ ಮೌಲ್ಯಗಳನ್ನು ಸಂಕೇತಿಸುತ್ತಾರೆ. ಅಲೌಕಿಕವಾದಿಗಳು, ಸೈತಾನ/ಲೂಸಿಫರ್ ನನ್ನು ನಿಜವಾಗಿ ಇರುವ ಮತ್ತು ಅವರು ಪೂಜಿಸಲು ಬಯಸುವ ಜೀವಿ.

ಧಾರ್ಮಿಕ ಸೈತಾನಿಸಂ 19 ನೇ ಶತಮಾನದ ಆರಂಭದಲ್ಲಿ ರೊಮ್ಯಾಂಟಿಕ್ ಬರಹಗಾರರು ಮತ್ತು ಕಲಾವಿದರ ಕೆಲಸದಲ್ಲಿ ಸೈತಾನನ ಹೆಚ್ಚುತ್ತಿರುವ ಸಹಾನುಭೂತಿಯ ಮರುಮೌಲ್ಯಮಾಪನಕ್ಕೆ ಹೆಚ್ಚು ಋಣಿಯಾಗಿದೆ. ಪರ್ಸಿ ಬೈಸ್ಸೆ ಶೆಲ್ಲಿ, ಲಾರ್ಡ್ ಬೈರನ್ ಮತ್ತು ವಿಕ್ಟರ್ ಹ್ಯೂಗೋ ಅವರಂತಹ ಜನರಿಗೆ, ಸೈತಾನನು ಅನಿಯಂತ್ರಿತ ಅಧಿಕಾರವನ್ನು ಪ್ರಶ್ನಿಸಿದ ವೀರ ದಂಗೆಕೋರನಾಗಿದ್ದನು, ಮತ್ತು ಅವನು ಕೆಲವೊಮ್ಮೆ ಎಡಪಂಥೀಯ ಮತ್ತು ವಿರೋಧಿ ಗುಂಪುಗಳಿಂದ (ಮತ್ತು ಹಲವು ದಶಕಗಳವರೆಗೆ ದತ್ತು ಪಡೆದನು) ಸಂಕೇತಿಸಲ್ಪಟ್ಟನು. ನಂತರ ಕೆಲವು ರಾಕ್ ಸಂಗೀತಗಾರರಿಂದ). ಈ ಮರುಮೌಲ್ಯಮಾಪನವು 20 ನೇ ಶತಮಾನದ ಮೊದಲಾರ್ಧದಲ್ಲಿ ಸೈತಾನ ಅಥವಾ ಲೂಸಿಫರ್ ಅನ್ನು ಸಕ್ರಿಯವಾಗಿ ಪೂಜಿಸುವ ಹಲವಾರು ಧಾರ್ಮಿಕ ಗುಂಪುಗಳ ಹೊರಹೊಮ್ಮುವಿಕೆಗೆ ಕಾರಣವಾಯಿತು, ಆದರೂ ಅಂತಹ

ಗುಂಪುಗಳು ನಿಗೂಢ ವಲಯಗಳಲ್ಲಿಯೂ ಸಹ ಚಿಕ್ಕದಾಗಿ ಮತ್ತು ಕನಿಷ್ಠವಾಗಿ ಉಳಿದಿವೆ.ಆಧುನಿಕ ಧಾರ್ಮಿಕ ಸೈತಾನಿಸಂನ ಮೊದಲ ಪ್ರಮುಖ ರೂಪವೆಂದರೆ ಚರ್ಚ್ ಆಫ್ ಸೈತಾನ್, ಇದನ್ನು ಸ್ಯಾನ್ ಫ್ರಾನ್ಸಿಸ್ಕೋದಲ್ಲಿ 1966 ರಲ್ಲಿ ಆಂಟನ್ ಲೆವಿ ಸ್ಥಾಪಿಸಿದರು. ಲೆವಿ ತನ್ನ ಅಭಿಪ್ರಾಯಗಳನ್ನು ಪುಸ್ತಕಗಳ ಮೂಲಕ ಪ್ರಚಾರ ಮಾಡಿದರು, ಮುಖ್ಯವಾಗಿ ದಿ ಸೈಟಾನಿಕ್ ಬೈಬಲ್ (1969). ಲೆವಿಯನ್ ಸೈತಾನಿಸಂ ಔಪಚಾರಿಕವಾಗಿ ನಾಸ್ತಿಕವಾಗಿದ್ದು, ಸೈತಾನನನ್ನು ನಿಜವಾದ ಜೀವಿಯಾಗಿ ಅಲ್ಲ ಆದರೆ ಮಾನವೀಯತೆಯ ಪ್ರಾಣಿ ಸ್ವಭಾವದ ಸಂಕೇತವಾಗಿ ಪ್ರಸ್ತುತಪಡಿಸುತ್ತದೆ. ಆದರೂ ಇದು ಮಾಂತ್ರಿಕ ನಂಬಿಕೆಯಂತಹ ಕೆಲವು ಅಲೌಕಿಕ ವಿಚಾರಗಳನ್ನು ಒಪ್ಪಿಕೊಂಡಿತು, ಇದರಲ್ಲಿ ಲೆವಿಟ್ ಸೈತಾನರು ಮಾಂತ್ರಿಕ ಉದ್ದೇಶದಿಂದ ಆಚರಣೆಗಳನ್ನು ಮಾಡಿದರು. ಲೆವಿಯ ನಂಬಿಕೆಗಳು ಬಲಪಂಥೀಯ ಲಿಬರ್ಟೇರಿಯನ್ ತತ್ವಗಳಿಂದ ಪ್ರೇರಿತವಾಗಿವೆ ಮತ್ತು ಸೈತಾನಿಸ್ಟ್‌ಗಳು ತಮ್ಮನ್ನು ಸಾಮಾನ್ಯ ಮಾನವೀಯತೆಯ "ಹಿಂಡು" ದಿಂದ ಪ್ರತ್ಯೇಕವಾದ ಗಣ್ಯ ವರ್ಗವೆಂದು ಪರಿಗಣಿಸಬೇಕು ಎಂಬ ಕಲ್ಪನೆಯನ್ನು ಒತ್ತಿಹೇಳಿದರು.

ಪೈಶಾಚಿಕತೆ

ಏಪ್ರಿಲ್ 28, 2023 ರಂದು ಬೋಸ್ಟನ್‌ನಲ್ಲಿ "ಲೈವ್, ಲಾಫ್, ಲವ್" ಎಂಬ ಸ್ಫೂರ್ತಿದಾಯಕ ಘೋಷಣೆಯನ್ನು ವಿಡಂಬಿಸುವ ಶರ್ಟ್ ಧರಿಸಿ ಸೈತಾನಿಕ್ ಟೆಂಪಲ್‌ನ ಸೈತಾನ್‌ಕಾನ್‌ನಲ್ಲಿ ಪಾಲ್ಗೊಳ್ಳುವವರು.

ಧಾರ್ಮಿಕ ಸೈತಾನಿಸಂನ ಪರ್ಯಾಯ ವ್ಯಾಖ್ಯಾನವನ್ನು 2012 ರಲ್ಲಿ ಯುನ್ಯೆಟೆಡ್ ಸ್ಟೇಟ್ಸ್‌ನಲ್ಲಿ ಸ್ಥಾಪಿಸಲಾದ ಟೆಂಪಲ್ ಆಫ್ ಸೈತಾನ್ (TST) ನೀಡಿತು. ಸೈತಾನನು ಅಸ್ತಿತ್ವದಲ್ಲಿಲ್ಲ ಎಂದು ಚರ್ಚ್ ಆಫ್ ಸೈತಾನಿಸಂನ ಹಕ್ಕುಗಳನ್ನು ಹಂಚಿಕೊಳ್ಳುತ್ತಾ, TST ಲೆವಿಯ ಬಲಪಂಥೀಯ ಉದಾರವಾದಿ ತತ್ತ್ವಶಾಸ್ತ್ರವನ್ನು ತಿರಸ್ಕರಿಸಿತು ಮತ್ತು ಎಡಪಂಥೀಯ ಪ್ರಗತಿಪರ ತತ್ತ್ವಶಾಸ್ತ್ರವನ್ನು ಅಳವಡಿಸಿಕೊಂಡಿತು. ಗರ್ಭಪಾತ ಮತ್ತು ಸಲಿಂಗಕಾಮಿ ವಿವಾಹಕ್ಕೆ ಕಾನೂನು ಪ್ರವೇಶದ ರಕ್ಷಣೆಯಲ್ಲಿನ ಸಾಹಸಗಳಿಗೆ TST ಪ್ರಸಿದ್ಧವಾಯಿತು, ಇದು ಅಮೆರಿಕಾದ ಸಮಾಜದಲ್ಲಿ ಕ್ರಿಶ್ಚಿಯನ್ ಧರ್ಮದ ಪ್ರಾಬಲ್ಯದ ಪಾತ್ರವನ್ನು ಉದ್ದೇಶಪೂರ್ವಕವಾಗಿ ಪ್ರಶ್ನಿಸಿತು. ಇದರ ಸದಸ್ಯರು ದೈಹಿಕ ಸ್ವಾಯತ್ತತೆ ಮತ್ತು ಸಹಾನುಭೂತಿ, ಪರಾನುಭೂತಿ ಮತ್ತು ಕಾರಣದ ತೆಕ್ಕೆಗೆ ಒತ್ತು ನೀಡುವ ಸುಸಂಬದ್ಧವಾದ ವಿಶ್ವ ದೃಷ್ಟಿಕೋನವನ್ನು ವಿವರಿಸಿದರು, ಜೊತೆಗೆ ವ್ಯಕ್ತಿಯ ಜೀವನದಲ್ಲಿ ಪ್ರಮುಖ ಘಟನೆಗಳನ್ನು ಗುರುತಿಸಲು ಅಥವಾ ಅನ್ಯಾಯದ ಅಧಿಕಾರದ ವಿರುದ್ಧ ದಂಗೆಯನ್ನು ಆಚರಿಸುತ್ತಾರೆ.

ಈ ನಾಸ್ತಿಕ ಗುಂಪುಗಳಿಗೆ ವ್ಯತಿರಿಕ್ತವಾಗಿ, ಸೈತಾನ ಅಥವಾ ಲೂಸಿಫರ್ ನಿಜವಾದ ಜೀವಿ ಎಂದು ನಂಬುವ ಆಧುನಿಕ ಸೈತಾನವಾದಿಗಳು ಇದ್ದಾರೆ. ಈ ನಿಲುವನ್ನು ತೆಗೆದುಕೊಳ್ಳುವ ಮೊದಲ ಸಂಘಟಿತ ಗುಂಪುಗಳಲ್ಲಿ ಒಂದಾದ ಟೆಂಪಲ್ ಆಫ್ ಸೆಟ್ ಅನ್ನು 1975 ರಲ್ಲಿ ಮೈಕೆಲ್ ಅಕ್ವಿನೋ ಮತ್ತು ಲಾವಿ ಚರ್ಚ್‌ನ ಇತರ ಮಾಜಿ ಸದಸ್ಯರು ರಚಿಸಿದರು. ಚರ್ಚ್ ಆಫ್ ಸೈತಾನನಂತಲ್ಲದೆ, ಅಕ್ವಿನೋಸ್ ಟೆಂಪಲ್ ಸೈತಾನನ ನಿಜವಾದ ಗುರುತನ್ನು ಹೊಂದಿಸಲಾಗಿದೆ, ಇದು ಪ್ರಾಚೀನ ಈಜಿಪ್ಟಿನ ಪ್ಯಾಂಥಿಯನ್‌ನಿಂದ ಪಡೆದ ದೇವತೆಯಾಗಿದೆ, ಹೀಗಾಗಿ ಸಂಸ್ಥೆಯನ್ನು ಅದರ ಸೈತಾನ ಮೂಲದಿಂದ ಮತ್ತು ಆಧುನಿಕ ಪೇಗನಿಸಂ ಕಡೆಗೆ ಚಲಿಸುತ್ತದೆ. 20 ನೇ ಶತಮಾನದ ಅಂತ್ಯದ

ವೇಳೆಗೆ, ಹೆಚ್ಚಿನ ಸಂಖ್ಯೆಯ ಜನರು ತಮ್ಮನ್ನು ಆಸ್ತಿಕ ಸೈತಾನಿಸ್ಟ್ ಎಂದು ಪರಿಗಣಿಸಲು ಪ್ರಾರಂಭಿಸಿದರು. ಈ ವ್ಯಕ್ತಿಗಳು ಸಾಮಾನ್ಯವಾಗಿ ಒಂಟಿಯಾಗಿ ಅಭ್ಯಾಸ ಮಾಡುವವರಾಗಿದ್ದರು, ಒಂದೇ ಚರ್ಚ್‌ನ ಸದಸ್ಯರಾಗುವುದಕ್ಕಿಂತ ಹೆಚ್ಚಾಗಿ ಇಂಟರ್ನೆಟ್ ಮೂಲಕ ಪರಸ್ಪರ ಸಂವಹನ ನಡೆಸುತ್ತಿದ್ದರು.ಚರ್ಚ್ ಆಫ್ ಸೈತಾನ ಮತ್ತು ಸೈತಾನಿಕ್ ಟೆಂಪಲ್‌ನಂತಹ ಸಂಸ್ಥೆಗಳು ಕ್ರಿಮಿನಲ್ ಚಟುವಟಿಕೆಗಳನ್ನು ಅನುಮೋದಿಸದೆ ಸೈತಾನಿಸಂನ ಅತಿಕ್ರಮಣಾತ್ಮಕ ಚಿತ್ರವನ್ನು ಸ್ವೀಕರಿಸಿದರೆ, ಇತರ ಗುಂಪುಗಳು ಹೆಚ್ಚು ಆಮೂಲಾಗ್ರ ಪ್ರದೇಶಕ್ಕೆ ಸ್ಥಳಾಂತರಗೊಂಡಿವೆ. 1970 ರ ದಶಕದಲ್ಲಿ ಬ್ರಿಟನ್‌ನಲ್ಲಿ ಹೊರಹೊಮ್ಮಿದ ಆರ್ಡರ್ ಆಫ್ ನೈನ್ ಆಂಗಲ್ಸ್ ಅತ್ಯಂತ ಪ್ರಸಿದ್ಧ ಉದಾಹರಣೆಯಾಗಿದೆ. ಅದರ ನಿಗೂಢ ಬೋಧನೆಗಳು ಸೈತಾನನಿಗೆ ತುಲನಾತ್ಮಕವಾಗಿ ಕಡಿಮೆ ಒತ್ತು ನೀಡುತ್ತವೆಯಾದರೂ, ಗುಂಪು "ಸಾಂಪ್ರದಾಯಿಕ ಸೈತಾನಿಸಂ" ಅನ್ನು ಉತ್ತೇಜಿಸುತ್ತದೆ ಎಂದು ವಿವರಿಸುತ್ತದೆ. ನರಬಲಿಯನ್ನು ಅನುಮೋದಿಸುವಾಗ, ಸಮಾಜದ ವಿಘಟನೆಯನ್ನು ಮತ್ತಷ್ಟು ಹೆಚ್ಚಿಸಲು ತೀವ್ರ ರಾಜಕೀಯ ಗುಂಪುಗಳನ್ನು ಸೇರಲು ಆದೇಶವು ತನ್ನ ಅನುಯಾಯಿಗಳಿಗೆ ಕರೆ ನೀಡಿದೆ. ಅದರ ಆರಂಭಿಕ ದಶಕಗಳಲ್ಲಿ ಒಂದು ಸಣ್ಣ ಚಳುವಳಿ, ಇಂಟರ್ನೆಟ್ 21 ನೇ ಶತಮಾನದಲ್ಲಿ ತೀವ್ರ ಬಲಪಂಥೀಯ ಜಾಲಗಳ ನಡುವೆ ಅಂತರರಾಷ್ಟ್ರೀಯ ಪ್ರಭಾವವನ್ನು ಪಡೆಯಲು ಆದೇಶವನ್ನು ಅನುಮತಿಸಿತು.

"ಅವರು ಅಪರಾಧ ಅಥವಾ ಬಂಡಾಯದ ಚಿತ್ರಣವನ್ನು ಸೃಷ್ಟಿಸಲು ತಮ್ಮನ್ನು ಸೈತಾನಿಸ್ಟ್ ಎಂದು ಘೋಷಿಸಿಕೊಂಡ ವ್ಯಕ್ತಿಗಳು ಮತ್ತು ಸಣ್ಣ ಗುಂಪುಗಳು, ಆಗಾಗ್ಗೆ ಹದಿಹರೆಯದವರು. ಈ ವ್ಯಕ್ತಿಗಳು ಕೆಲವೊಮ್ಮೆ ಚರ್ಚುಗಳ ವಿಧ್ವಂಸಕತೆ ಸೇರಿದಂತೆ ಕ್ರಿಮಿನಲ್ ನಡವಳಿಕೆಯಲ್ಲಿ ತೊಡಗುತ್ತಾರೆ. ಕೆಲವು ಅಪರೂಪದ ಸಂದರ್ಭಗಳಲ್ಲಿ, ಉದಾಹರಣೆಗೆ ಅಮೇರಿಕನ್ ಧಾರಾವಾಹಿ ಕೊಲೆಗಾರ ರಿಚರ್ಡ್ ರಾಮಿರೆಜ್ ಮತ್ತು ಇಟಾಲಿಯನ್ ಬೀಸ್ಟ್ಸ್ ಆಫ್ ಸೈತಾನ ಗುಂಪು, ಈ ಸ್ವಯಂ ಘೋಷಿತ ಸೈತಾನಿಸ್ಟ್‌ಗಳು ಸಹ ಕೊಲೆ ಮಾಡಿದ್ದಾರೆ.

ಕಬೀರಪಂಥಿ

సಿದ್ಧಾಂತ ಕಬೀರಪಂಥಿಗಳು ಕಬೀರ್ ಮತ್ತು ಅವರ ಬೋಧನೆಗಳ ಅನುಯಾಯಿಗಳು. ಕಬೀರನು ಕ್ರಿ.ಶ. ಹದಿನ್ಯೆದನೆಯ ಶತಮಾನದಲ್ಲಿ ವಾಸಿಸುತ್ತಿದ್ದನು ಮತ್ತು ಸಂತರು ಅಥವಾ ಕವಿ-ಸಂತರಲ್ಲಿ ಅಗ್ರಗಣ್ಯನಾಗಿದ್ದನು. ಕಬೀರ್ ಉತ್ತರ ಭಾರತದ ಧಾರ್ಮಿಕ ಗಡಿಗಳನ್ನು ಮೀರಿ ಹಿಂದೂ ಧರ್ಮ, ಇಸ್ಲಾಂ ಮತ್ತು ಇತರ ಹಿಂದೂ-ಅಲ್ಲದ ಧರ್ಮಗಳ ನಡುವೆ ಸಾಮರಸ್ಯವನ್ನು ಉತ್ತೇಜಿಸಲು ಪ್ರಯತ್ನಿಸಿದರು. ಈ ವಿಷಯದಲ್ಲಿ ಅವರು ರಾಮಕೃಷ್ಣ ಮತ್ತು ಗಾಂಧಿಯವರ ಮುಂದಾಳು. ಅವರ ಉದಾರ ನಂಬಿಕೆಯು ಭಕ್ತಿ, ದೇವರ ಮೇಲಿನ ಭಕ್ತಿಯ ಮೇಲೆ ಕೇಂದ್ರೀಕೃತವಾಗಿತ್ತು. ಕಬೀರನು "ಆಂತರಿಕ ಧರ್ಮ"ದ ಯಜಮಾನನಾಗಿದ್ದನು, ಹೃದಯದಲ್ಲಿ ನೆಲೆಸಿರುವ ದೇವರ ಮೇಲಿನ ಪ್ರೀತಿಯ ಭಕ್ತಿ. ದೇವರ ಹೆಸರುಗಳು ವೈಷ್ಣವ, ಏಕೆಂದರೆ ಕಬೀರನ ಗುರು ರಮಾನಂದರು. ಆದರೆ ಕಬೀರ್ ಆಗಾಗ್ಗೆ ರಾಮ್, ಹರಿ ಮತ್ತು "ರಾಮನ ಹೆಸರನ್ನು" ಉಲ್ಲೇಖಿಸುತ್ತಿದ್ದರೂ, ಅವರು ಪದಗಳನ್ನು ಮೀರಿದ ಮತ್ತು "ಆಚೆಗೆ" ಎಂಬ ಅರ್ಥವನ್ನು ನೀಡಲು ಬಳಸುತ್ತಿದ್ದಾರೆ, ಇದನ್ನು ಶೂನ್ಯ, ಶೂನ್ಯ ಅಥವಾ

ಕಬೀರ್ ಅರ್ಥಗರ್ಭಿತವಾಗಿ ಅರ್ಥೈಸಿಕೊಳ್ಳುತ್ತಾರೆ ರಾಜ್ಯ, ಗುರುತಿಸಲಾಗಿದೆ. ಕಬೀರನಿಗೆ ಸಂಪೂರ್ಣ ಗುರುವಾದ ಸದ್ಗುರು ರಮಾನಂದರಲ್ಲ, ಆತ್ಮದೊಳಗೆ ಮಾತನಾಡುವ ದೇವರು. ಕಬೀರನ ಪ್ರಮುಖ ತತ್ವವೆಂದರೆ ಪದಗಳು. ವೈಷ್ಣವ ಬೋಧನೆಯಲ್ಲಿ ಪದವು ದೈವಿಕ ಸ್ಫೂರ್ತಿ ಮತ್ತು ಶಿಕ್ಷಕರ ಪದಗಳನ್ನು ಒಳಗೊಂಡಿದೆ. ಕಬೀರ್ ಅವರ ಬೋಧನೆಗಳು ಸಂಪೂರ್ಣವಾಗಿ ಮೌಖಿಕವಾಗಿದ್ದು, ಬರಹದಲ್ಲಿ ಏನೂ ಇಲ್ಲ. ಕಬೀರವಾಣಿ, ಕಬೀರನ ಪದಗಳು, ಅವನ ಜೀವನದ ನಂತರ ಬರೆಯಲ್ಪಟ್ಟವು ಮತ್ತು ಹಳೆಯ ದಿನಾಂಕದ ಲಿಖಿತ ದಾಖಲೆಯು ಸಿಖ್ಖರ ಗುರು ಗ್ರಂಥದಲ್ಲಿ ಕಂಡುಬರುತ್ತದೆ, ಇದು ಸುಮಾರು 1604 ರಲ್ಲಿ ಸಂಕಲಿಸಲಾಗಿದೆ. 1600 ರ ಸುಮಾರಿಗೆ ರಾಜಸ್ಥಾನದ ದಾದುಪಂಥಿಗಳಿಂದ ಕಬೀರವಾಣಿಯ ಎರಡು ದಿನಾಂಕಗಳಿಲ್ಲದ ಆವೃತ್ತಿಗಳಿವೆ. ಸಂಕಲನ ಮತ್ತು ಕಬೀರ ಗ್ರಂಥಾವಳಿ ಎಂದು ಕರೆಯಲಾಯಿತು, ಮತ್ತು ಬಿಜಾಕ್ ಎಂಬ ಆವೃತ್ತಿಯ ಬಿಹಾರದಲ್ಲಿ ಕಬೀರಪಂಥಿಗಳಿಂದ ಸಂಕಲಿಸಲ್ಪಡದಿದ್ದರೂ ಸಹ ಜನಪ್ರಿಯಗೊಳಿಸಲ್ಪಟ್ಟ ಒಂದು ಆವೃತ್ತಿಯ ಸಂತ ಧರ್ಮವು ಎಲ್ಲರಿಗೂ ಮುಕ್ತವಾಗಿದೆ. ಅನೇಕ ಸಂತರು ಮಹಿಳೆಯರಾಗಿದ್ದರು ಮತ್ತು ಕಬೀರ ಸ್ವತಃ ಶೂದ್ರ, ಕೆಳಜಾತಿ. ಮುಸ್ಲಿಂ ಪ್ರಾರ್ಥನೆ ಮತ್ತು ಹಜ್, ಮತ್ತು ಹಿಂದೂ ವಿಗ್ರಹ ಪೂಜೆ ಮತ್ತು ತೀರ್ಥಯಾತ್ರೆಯಂತಹ ಧರ್ಮದ ಬಾಹ್ಯ ಅಂಶಗಳನ್ನು ಕಬೀರ್ ತಿರಸ್ಕರಿಸಿದರು. ಅವನು ಉದ್ದೇಶಪೂರ್ವಕವಾಗಿ ತನ್ನ ಹುಟ್ಟೂರಾದ ಬನಾರಸ್‌ನಲ್ಲಿ ಸಾಯದಿರಲು ನಿರ್ಧರಿಸಿದನು. ಕಬೀರನು ಬ್ರಾಹ್ಮಣರು ಮತ್ತು ಯೋಗಿಗಳ ಮೇಲೆ ದಾಳಿ ಮಾಡಿದನು, ಸನ್ಯಾಸ, ಉಪವಾಸ ಮತ್ತು ದಾನದಲ್ಲಿ ಯಾವುದೇ ಸದ್ಗುಣವನ್ನು ಕಾಣಲಿಲ್ಲ ಮತ್ತು ಅವನು ಹಿಂದೂ ತತ್ತ್ವ ಶಾಸ್ತ್ರದ ಆರು ಶಾಲೆಗಳನ್ನು ತಿರಸ್ಕರಿಸಿದನು. ಅವರು ಯಾವುದೇ ಜಾತಿ ತಾರತಮ್ಯವನ್ನು ಒಪ್ಪಲಿಲ್ಲ. ಕಬೀರನ ಮತೀಯವಾದದ ವಿರೋಧದ ಹೊರತಾಗಿಯೂ, ಅವನ ಮರಣದ ನಂತರ ಅವನ ಶಿಷ್ಯರು ಮತ್ತು ಅನುಯಾಯಿಗಳ ಒಂದು ಪಂಥವು ರೂಪುಗೊಂಡಿತು. ಆಧುನಿಕ ಕಬೀರಪಂಥಿಗಳು ತಮ್ಮನ್ನು ತಾವು ಹಿಂದೂಗಳೆಂದು ಪರಿಗಣಿಸುತ್ತಾರೆ. ಕಬೀರನನ್ನು ಸಾಮಾನ್ಯವಾಗಿ ಹಿಂದೂ ಎಂದು ಪರಿಗಣಿಸಲಾಗುತ್ತದೆ. ಎಲ್ಲಾ ಧಾರ್ಮಿಕ ಚಳುವಳಿಗಳಂತೆ, ಸಿದ್ಧಾಂತ ಮತ್ತು ಆಚರಣೆಗಳು ಮೂಲ ಶಿಕ್ಷಕರ

ಆದರ್ಶಗಳನ್ನು ಇಟ್ಟುಕೊಂಡಿಲ್ಲ. ನೇಕಾರನ ಹೆಂಡತಿ ನೀಮಾ ಅವರು ಬನಾರಸ್ ಬಳಿಯ ಕೊಳದಲ್ಲಿ ಕಮಲದ ಮೇಲೆ ತೇಲುತ್ತಿರುವ ಶಿಶುವನ್ನು ಕಂಡುಕೊಂಡರು. ಅವಳು ಮತ್ತು ಅವಳ ಪತಿ ನೀರು, ಕಬೀರ್ ಅನ್ನು ತಮ್ಮ ಸ್ವಂತ ಮಗುವಿನಂತೆ ಬೆಳೆಸಿದರು. ಇತರ ದಂತಕಥೆಗಳು ಕಬೀರನ ಹೆಂಡತಿ ಲೋಯಿ, ಮಗ, ಕಮಲ್ ಮತ್ತು ಮಗಳು ಕಮಲಿಯ ಬಗ್ಗೆ ಹೇಳುತ್ತವೆ, ಎಲ್ಲರೂ ಅದ್ಭುತವಾಗಿ ಜನಿಸಿದರು. ನೀರು ಮತ್ತು ನೀಮಾ ಮುಸ್ಲಿಂ ನೇಕಾರರ ಕೆಳ ಜಾತಿಯ ಜೂಲಾಹಾಗೆ ಸೇರಿದವರು ಮತ್ತು ಕಬೀರ್ ತನ್ನ ಜೀವನದುದ್ದಕ್ಕೂ ಬನಾರಸ್ ಬಳಿ ನೇಕಾರನಾಗಿ ಕೆಲಸ ಮಾಡುತ್ತಿದ್ದರು. ಜೂಲಾಹಾ ಬಹುಶಃ ಇತ್ತೀಚೆಗೆ ಇಸ್ಲಾಂಗೆ ಮತಾಂತರಗೊಂಡಿದ್ದಲು ಮತ್ತು ಕಬೀರ್ ಸುನ್ನತಿ ಮಾಡಿಸಿಕೊಂಡಿದ್ದಾನೆ ಎಂಬುದು ಖಚಿತವಾಗಿಲ್ಲ. ಅವರಿಗೆ ಮುಸಲ್ಮಾನರು "ತುರ್ಕರು" ಎಂದು ಕಬೀರನ ಧರ್ಮೋಪದೇಶಗಳು ಸಾಮಾನ್ಯ ಜ್ಞಾನವನ್ನು ಆಕರ್ಷಿಸಿದವು ಮತ್ತು ಭಾಷೆಯಲ್ಲಿ ವ್ಯಂಗ್ಯ ಮತ್ತು ತೀಕ್ಷ್ಣವಾದವು ಮತ್ತು ಇದು ಹಿಂದೂ ಮತ್ತು ಮುಸ್ಲಿಂ ಧಾರ್ಮಿಕ ಅಧಿಕಾರಿಗಳ ನಡುವೆ ಹಗೆತನಕ್ಕೆ ಕಾರಣವಾಯಿತು. ಕಬೀರನ ಪೌರಾಣಿಕ ಜೀವನಚರಿತ್ರೆಯು ಮುಸ್ಲಿಂ ಆಡಳಿತಗಾರ ಸಿಕಂದರ್ ಲೋದಿಯಿಂದ ಅವನ ಕಿರುಕುಳವನ್ನು ವಿವರಿಸುತ್ತದೆ, ಆದರೂ ಕಬೀರ್ ಅಂತಿಮವಾಗಿ ಅವನೊಂದಿಗೆ ಒಪ್ಪಂದಕ್ಕೆ ಬಂದನು. ಚಮ್ಮಾರ, ಚರ್ಮದ ಕೆಲಸಗಾರನಾಗಿದ್ದ ರೈದಾಸ್ ಎಂಬ ಹೆಸರಿಲ್ಲದ ಮಹಿಳೆ ಮತ್ತು ಧಾರ್ಮಿಕ ಗುರುಗಳೊಂದಿಗೆ ಸಂಬಂಧ ಹೊಂದಿದ್ದಕ್ಕಾಗಿ ಬ್ರಾಹ್ಮಣರು ಅವನ ಮೇಲೆ ದಾಳಿ ಮಾಡಿದರು. ಕಬೀರ್ (ಅಂದಾಜು.1440-1518) ಭಾರತದ ಧಾರ್ಮಿಕ ಇತಿಹಾಸದಲ್ಲಿ ಹೆಚ್ಚಿನ ಪ್ರಾಮುಖ್ಯತೆಯನ್ನು ಹೊಂದಿದೆ. ಅವರು ಬಹುತೇಕ ಖಚಿತವಾಗಿ ವೈಷ್ಣವ ಭಕ್ತಿ ಶಿಕ್ಷಕ ರಮಾನಂದರ ಶಿಷ್ಯರಾಗಿದ್ದರು (ರಾಮವತ್ಸ ನೋಡಿ). ಒಬ್ಬ ಸರಳ ಮುಸ್ಲಿಂ ನೇಕಾರನು ರಮಾನಂದರ ಶಿಷ್ಯನಾಗಲು ಹೇಗೆ ಪ್ರಯತ್ನಿಸುತ್ತಾನೆ ಎಂಬ ಕಥೆಯಿದೆ. ಒಂದು ಮುಂಜಾನೆ ಕಬೀರನು ರಮಾನಂದರು ಸ್ನಾನ ಮಾಡುತ್ತಿದ್ದ ಗಂಗಾನದಿಯ ದಡದ ಘಾಟಿಯ ಮೇಲೆ ಮಲಗಿ ಅಲ್ಲಿಗೆ ಹೋಗುತ್ತಿದ್ದಾಗ ಕಬೀರನನ್ನು ತುಳಿದು "ರಾಮ್, ರಾಮ್! ನಾನು ಯಾವ ದರಿದ್ರ ಜೀವಿಯನ್ನು ತುಳಿದಿದ್ದೇನೆ?" ಕಬೀರನು "ರಾಮ್, ರಾಮ್!" ಶಿಷ್ಯನಾಗಲು ಮಂತ್ರವೆಂದು

ಪರಿಗಣಿಸಲಾಗಿದೆ. ರಮಾನಂದರು ಇದನ್ನು ಮರೆತರೂ ಕಬೀರರು ತಮ್ಮ ಶಿಷ್ಯ ಎಂದು ಜನರ ಮುಂದೆ ಹೇಳಿಕೊಂಡಾಗ ಕಬೀರನನ್ನು ಕರೆದು ಕಬೀರನನ್ನು ಎದೆಗೆ ಅಪ್ಪಿಕೊಂಡು ಫಾಟಿಯಲ್ಲಿ ನಡೆದ ಘಟನೆಯನ್ನು ನೆನಪಿಸಿಕೊಂಡರು. ಕಬೀರ್ ಅವರ ಬೋಧನೆಗಳು ಉತ್ತರ ಭಾರತಕ್ಕೆ ವೈಷ್ಣವ ಧರ್ಮದ ಮೊದಲ ಮಹತ್ತ್ವದ ಪರಿಚಯವಾಗಿದೆ ಮತ್ತು ಅವರು ಹಿಂದೂಗಳು ಮತ್ತು ಮುಸ್ಲಿಮರನ್ನು ಆಕರ್ಷಿಸುವ ಮೊದಲ ಶಿಕ್ಷಕರಾಗಿದ್ದರು. ಅವರ ಬೋಧನೆಗಳು ಸಿಖ್ ಧರ್ಮದ ಸಂಸ್ಥಾಪಕ ಗುರುನಾನಕ್ ಬಳಸಿದ ಪ್ರಮುಖ ಮೂಲಗಳಲ್ಲಿ ಒಂದಾಗಿದೆ. ಕಬೀರನ ವಾಕ್ಚಾತುರ್ಯವು ಎಷ್ಟು ಶಕ್ತಿಯುತವಾಗಿದೆಯೆಂದರೆ, ಅವನ "ಪದಗಳು" ಉತ್ತರ ಭಾರತದಾದ್ಯಂತ ಕಾಡ್ಗಿಚ್ಚಿನಂತೆ ಹರಡಿತು, ಪಂಜಾಬ್ ಮತ್ತು ರಾಜಸ್ಥಾನದಿಂದ ಬಿಹಾರದವರೆಗೆ ಕಬೀರನ ಸಾವಿನ ಬಗ್ಗೆ ಒಂದು ಪ್ರಸಿದ್ಧ ದಂತಕಥೆ ಇದೆ. ಅವರು ಗೋರಖ್‌ಪುರದ ಮಘರ್‌ನಲ್ಲಿ ನಿಧನರಾದರು ಮತ್ತು ಅವರ ಹಿಂದೂ ಮತ್ತು ಮುಸ್ಲಿಂ ಅನುಯಾಯಿಗಳ ನಡುವೆ ವಿವಾದವಿತ್ತು. ಹಿಂದೂಗಳು ಆತನ ಅಂತ್ಯಸಂಸ್ಕಾರ ಮಾಡಲು ಬಯಸಿದ್ದರು ಮತ್ತು ಮುಸ್ಲಿಮರು ಅವನನ್ನು ಸಮಾಧಿ ಮಾಡಲು ಬಯಸಿದ್ದರು. ಅವರು ಜಗಳವಾಡುತ್ತಿರುವಾಗ, ಕಬೀರ್ ಕಾಣಿಸಿಕೊಂಡು ತನ್ನ ಮೃತ ದೇಹದಿಂದ ಬಟ್ಟೆಯನ್ನು ತೆಗೆಯುವಂತೆ ಕೇಳಿದನು. ಮೃತ ದೇಹವು ಕಣ್ಮರೆಯಾಯಿತು ಮತ್ತು ಅದರ ಸ್ಥಳದಲ್ಲಿ ಹೂವಿನ ರಾಶಿ ಇತ್ತು. ಮುಸ್ಲಿಮರು ಅರ್ಧ ಹೂವುಗಳನ್ನು ತೆಗೆದುಕೊಂಡು ಮಘರ್‌ನಲ್ಲಿ ಹೂಳಿದರು ಮತ್ತು ಆ ಸ್ಥಳದಲ್ಲಿ ಸಮಾಧಿಯನ್ನು ನಿರ್ಮಿಸಿದರು. ಹಿಂದೂಗಳು ತಮ್ಮ ಅರ್ಧದಷ್ಟು ಹೂವುಗಳನ್ನು ಬನಾರಸ್‌ಗೆ ಕೊಂಡೊಯ್ದರು ಮತ್ತು ಕಬೀರಪಂಥಿಗಳ ಶಾಖೆಯ ಹೆಸರಿನ ಕಬೀರ್ ಚೌರಾ ಎಂದು ಕರೆಯಲ್ಪಡುವ ಸ್ಥಳದಲ್ಲಿ ಆ ಹೂವುಗಳನ್ನು ಸುಡುತ್ತಾರೆ. ಕಬೀರವಾಣಿಕಬೀರನ ತಕ್ಷಣದ ಶಿಷ್ಯನಾದ ಭಾಗೋ ದಾಸ್‌ನಿಂದ ಸಂಕಲಿಸಲ್ಪಟ್ಟ ಬಿಜಾಕ್‌ನ ಅತ್ಯಂತ ಅಧಿಕೃತ ಆವೃತ್ತಿಯಾಗಿದೆ. ಬಿಜಾಕ್‌ನ ಅಕ್ಷರಶಃ ಅರ್ಥವು ಸರಕುಪಟ್ಟಿ ಅಥವಾ ಖಾತೆ ಪುಸ್ತಕವಾಗಿದೆ. ಕಬೀರನ ಇತರ ಉತ್ತರಾಧಿಕಾರಿಗಳು ಸ್ತೋತ್ರಗಳು, ಸ್ತೋತ್ರಗಳು ಮತ್ತು ಸೈದ್ಧಾಂತಿಕ ಕವಿತೆಗಳನ್ನು ಬರೆದರು, ಅವುಗಳು ಕಬೀರ್ ಚೌರಾದಲ್ಲಿ ಹಸ್ತಪ್ರತಿ ರೂಪದಲ್ಲಿ ಇನ್ನೂ ಅಸ್ತಿತ್ವದಲ್ಲಿವೆ. ಕಬೀರನು ಪಂಥವನ್ನು ವಿರೋಧಿಸುತ್ತಿದ್ದನು ಮತ್ತು

ಅವನ ಮರಣದ ನಂತರ ಕಬೀರಪಂಥಿಗಳು ಒಂದು ಪಂಗಡವಾಗಿ ಬೆಳೆದಾಗ, ಅವರ ಮಗ ಕಮಲ್ ಅವರನ್ನು ಸಾಂಪ್ರದಾಯಿಕವಾಗಿ ಮುನ್ನಡೆಸಲು ನಿರಾಕರಿಸಿದರು. ಕಬೀರನ ಮರಣದ ನೂರು ವರ್ಷಗಳಲ್ಲಿ, ಪಂಥವು ಹನ್ನೆರಡು ಉಪ-ಪಂಗಡಗಳಾಗಿ ವಿಭಜನೆಯಾಯಿತು ಎಂದು ಸಂಪ್ರದಾಯವು ಹೇಳುತ್ತದೆ. ಇವುಗಳಲ್ಲಿ ಒಂದು ದುಃಖ ಇರಬಹುದು. ಕಬೀರ ಚೌರಾ ಮತ್ತು ಧರ್ಮದಾಸಿ ಎಂಬ ಎರಡು ಉಪಪಂಗಡಗಳು ಮಾತ್ರ ಇಂದು ಉಳಿದುಕೊಂಡಿವೆ. ಧರಂ ದಾಸ್ ಭತ್ತೀಸ್ಗಢದಲ್ಲಿ ತಮ್ಮ ಗುಂಪನ್ನು ಸ್ಥಾಪಿಸಿದರು. ಅವರು ಬನಿಯಾ, ವ್ಯಾಪಾರಿ ಜಾತಿಗೆ ಸೇರಿದವರು ಮತ್ತು ಕಬೀರ್ ಸಾಂಪ್ರದಾಯಿಕವಾಗಿ ಚಿತ್ರ ಪೂಜೆಗಾಗಿ ಅವನನ್ನು ಖಂಡಿಸಿದರು.ಸಾಂಕೇತಿಕತೆ ಧರ್ಮದ ಎಲ್ಲ ಬಾಹ್ಯ ಯಾಂತ್ರಿಕ ಅಂಶಗಳನ್ನು ಕಬೀರ್ ಬಲವಾಗಿ ವಿರೋಧಿಸಿದರೂ, ಅವರು ಸರ್ವವ್ಯಾಪಿ ವಾಸ್ತವವನ್ನು ವಿವರಿಸಲು ದೇವರ ಅನೇಕ ವೈಷ್ಣವ ಹೆಸರುಗಳನ್ನು ಸಾಂಕೇತಿಕವಾಗಿ ಬಳಸಿದರು.

ಆದಾಗ್ಯೂ, ಕಬೀರಪಂಥಿಗಳು ಇನ್ನೂ ಏಕದೇವೋಪಾಸನೆಯನ್ನು ನಿರ್ವಹಿಸುತ್ತಾರೆ ಮತ್ತು ಚಿತ್ರಾರಾಧನೆಯನ್ನು ವಿರೋಧಿಸುತ್ತಾರೆ. ಸದಸ್ಯರು ವಿಷ್ಣುವಿಗೆ ಪವಿತ್ರವಾದ ತುಳಸಿ ಮರದಿಂದ ಮಾಡಿದ ಮಣಿಗಳನ್ನು ಧರಿಸುತ್ತಾರೆ. ಮದುವೆಯ ನಂತರ ಮಹಿಳೆ ಇದನ್ನು ಧರಿಸಬಹುದು. ದ್ವಿಜ ಜಾತಿಯ ಜನರು ಹಿಂದೂ ಧರ್ಮದ ಪವಿತ್ರ ದಾರವಾದ ಜಾನೇಯುವನ್ನು ಧರಿಸುತ್ತಾರೆ. ದೀಕ್ಷೆಯ ವಿಸ್ತಾರವಾದ ಸಮಾರಂಭವಿದೆ. ಮಹಾಂತ್, ಗುರುಗಳ ಪಾದಗಳನ್ನು ತೊಳೆಯಲು ನೀರನ್ನು ಬಳಸಲಾಗುತ್ತದೆ. ದೇವರ ರಹಸ್ಯ ಹೆಸರನ್ನು ವೀಳ್ಯದೆಲೆಯ ಮೇಲೆ ಇಬ್ಬನಿಯಿಂದ ಅಚ್ಚೊತ್ತಲಾಗಿದೆ ಮತ್ತು ಕಬೀರನ ದೇಹವನ್ನು ಪ್ರತಿನಿಧಿಸುವ ಪಾಸ್ಪೋರ್ಟ್ ಅನ್ನು ಪರ್ವಣ ಎಂದು ಕರೆಯಲಾಗುತ್ತದೆ. ಇಬ್ಬನಿಯನ್ನು ಅಮರ ಎಂಬ ಪಾತ್ರೆಯಲ್ಲಿ ಸಂಗ್ರಹಿಸಲಾಗುತ್ತದೆ ಮತ್ತು ನೇರವಾಗಿ ಸ್ವರ್ಗದಿಂದ ಸ್ವೀಕರಿಸಿದ ನೀರು. ರಹಸ್ಯ ಮಂತ್ರ, ಪವಿತ್ರ ಉಚ್ಚಾರಣೆ ಸಮಾರಂಭದ ಪ್ರಮುಖ ಭಾಗವಾಗಿದೆ. ಧರ್ಮದಾಸಿಯರು ಅನೇಕ ಮಂತ್ರಗಳನ್ನು ಬಳಸುತ್ತಾರೆ ಮತ್ತು ಅವರ ದೀಕ್ಷಾ ಸಮಾರಂಭಗಳು ಕೆಲವು ವಿವರಗಳಲ್ಲಿ ಬದಲಾಗುತ್ತವೆ. ಸಮಾರಂಭಗಳನ್ನು

ಮಹಂತ್ ನಡೆಸುತ್ತಾರೆ. ಕಬೀರನ ಪ್ರತಿನಿಧಿಯಾಗಿರುವ ಪ್ರಧಾನ್ ಮಹಂತರಿಂದ ಮಹಂತರು ತಮ್ಮ ಅಧಿಕಾರವನ್ನು ಪಡೆಯುತ್ತಾರೆ, ಅವರು ಅಧಿಕಾರದ ಸಂಕೇತವಾಗಿ ಕೆಂಪು ಟೋಪಿಯನ್ನು ಹೊಂದಿದ್ದಾರೆ, ಸೆಲಿ ಎಂದು ಕರೆಯಲ್ಪಡುವ ಕಪ್ಪು ಉಣ್ಣೆಯ ಹಾರ ಮತ್ತು ಪಂಚ್ ಮಾಲ್ ಎಂಬ ವಿಶೇಷ ಹಾರವನ್ನು ಹೊಂದಿದ್ದಾರೆ. ನೇಮಕಾತಿಯ ಸಮಯದಲ್ಲಿ ಅವರು ತೆಂಗಿನಕಾಯಿಯನ್ನು ಅರ್ಪಿಸುತ್ತಾರೆ, ಇದು ಕಬೀರಪಂಥಿಗಳಿಗೆ ವಿಶೇಷ ಸಾಂಕೇತಿಕ ಅರ್ಥವನ್ನು ಹೊಂದಿದೆ. ತೆಂಗಿನಕಾಯಿಯು ಮನುಷ್ಯನ ಮುಖವನ್ನು ಹೊಂದಿದೆ, ಅದರ ಮೇಲ್ಕ್ಕಯನ್ನು ಬ್ರಹ್ಮ, ವಿಷ್ಣು ಮತ್ತು ಶಿವನನ್ನು ಸಂಕೇತಿಸುವ ಮೂರು ಭಾಗಗಳಾಗಿ ವಿಂಗಡಿಸಲಾಗಿದೆ, ಅದರ ಮಾಂಸವು ಕ್ರಮೇಣ ಮಾನವ ಮಾಂಸದಂತೆ ಆಗುತ್ತದೆ ಮತ್ತು ಅದು ಬೀಜಗಳಿಲ್ಲದ ಕಾರಣ ಇತರ ಹಣ್ಣುಗಳಿಗಿಂತ ಭಿನ್ನವಾಗಿರುತ್ತದೆ. ತೆಂಗಿನಕಾಯಿ ಒಡೆಯುವುದು ಕಬೀರ ಪಂಥಿಗಳು ನಿರಂಜನನಿಗೆ ಸ್ವರ್ಗ ಪ್ರವೇಶವನ್ನು ಪಡೆಯಲು ನಡೆಸಿದ ರಕ್ತರಹಿತ ಯಜ್ಞವಾಗಿದೆ (ಅಂದರೆ "ಆಸೆಗಳಿಲ್ಲದ," ಕಬೀರಪಂಥಿಸ್ ನೀಡಿದ ದೇವರ ಬಿರುದು) ಶಾಂತಿಯ ಕೊಡುಗೆಯಾಗಿದೆ. ಮುಖ್ಯ ಮಹಂತನ ಪಾದಗಳನ್ನು ತೊಳೆದ ನೀರು ಚರಣ್ ಮಿತ್ರ, ಪಾದಗಳ ಅಮೃತ (ದೇವರ ಅಮೃತ) ಆಗುತ್ತದೆ. ಇದನ್ನು ಉತ್ತಮವಾದ ಜೇಡಿಮಣ್ಣಿನೊಂದಿಗೆ ಬೆರೆಸಿ ಮಾತ್ರೆಗಳಾಗಿ ತಯಾರಿಸಲಾಗುತ್ತದೆ, ಅದನ್ನು ನುಂಗಿ ಅಥವಾ ಪುಡಿಮಾಡಿ ನೀರಿನಲ್ಲಿ ಬೆರೆಸಿ ಕುಡಿಯಲಾಗುತ್ತದೆ. ಕಬೀರ ಚೌರಾ ಮರವು ಸಾಂಪ್ರದಾಯಿಕವಾಗಿ ಕಬೀರ್ ತನ್ನ ಶಿಷ್ಯರಿಗೆ ಕಲಿಸಿದ ಸ್ಥಳದಲ್ಲಿ ನಿಂತಿದೆ. ಮಠ ಅಥವಾ ಮಠವು ಕಬೀರನ ಪಾದಗಳನ್ನು ಪ್ರತಿನಿಧಿಸುವ ಒಂದು ಜೋಡಿ ಮರದ ಚಪ್ಪಲಿಗಳು ಮತ್ತು ಕಬೀರನ ದಿಂಬು, ಗದ್ದಿಯನ್ನು ಪ್ರತಿನಿಧಿಸುವ ಖಾನರಾನ್ ಅನ್ನು ಹೊಂದಿದೆ. ಮರದ ಗೋಡೆಗಳ ಮೇಲೆ ಕಬೀರ, ರಮಾನಂದ ಮತ್ತು ಮಹಂತರ ಚಿತ್ರಗಳಿವೆ. ಛಾಯಾಚಿತ್ರಗಳ ಮೇಲೆ ಐದು ಅಂಶಗಳು ಮತ್ತು ಮಾನವ ದೇಹದ ಒಂಬತ್ತು ಬಾಗಿಲುಗಳನ್ನು ಸಂಕೇತಿಸುವ ವರ್ಣರಂಜಿತ ಬಟ್ಟೆಯ ವಿನ್ಯಾಸಗಳಿವೆ. ಅನುಯಾಯಿಗಳು: 1901 ರ ಜನಗಣತಿಯು 843,171 ಕಬೀರಪಂಥಿಗಳನ್ನು ಕಂಡುಹಿಡಿದಿದೆ. ಇಂದಿಗೂ, ಹೆಚ್ಚಿನ ಸಂಖ್ಯೆಯ ಕಬೀರಪಂಥಿಗಳು ಬನಾರಸ್‌ನಲ್ಲಿ ಕೇಂದ್ರೀಕೃತವಾಗಿವೆ

ಮತ್ತು ಪಶ್ಚಿಮದಲ್ಲಿ ಗುಜರಾತ್ ಮತ್ತು ಪೂರ್ವದಲ್ಲಿ ಬಿಹಾರಕ್ಕೆ ಹರಡಿದ್ದಾರೆ. ಸದಸ್ಯರು ಪ್ರಧಾನವಾಗಿ ಕೆಳ ಜಾತಿಯ ಹಿಂದೂಗಳು, ವ್ಯಾಪಾರಿ ಜಾತಿಗಳು ಪ್ರಮುಖ ಪಾತ್ರವನ್ನು ವಹಿಸುತ್ತವೆ, ವಿಶೇಷವಾಗಿ ಧರ್ಮದಾಸಿಗಳಲ್ಲಿ. ಸಂತರ ಸಂಪ್ರದಾಯವು ಭಜನೆಗಳು, ಭಕ್ತಿಗೀತೆಗಳ ಮೂಲಕ ಬಹಳ ಪ್ರಭಾವಶಾಲಿಯಾಗಿದೆ, ಇದು ಭಾರತ ಮತ್ತು ವಿದೇಶಗಳಲ್ಲಿನ ಹಿಂದೂ ಸಮುದಾಯಗಳಲ್ಲಿ ಹೆಚ್ಚಿನ ಆಕರ್ಷಣೆಯನ್ನು ಹೊಂದಿದೆ. ಪ್ರಧಾನ ಕಛೇರಿ/ಮುಖ್ಯ ಕೇಂದ್ರವು ಬನಾರಸ್‌ನ ಕಬೀರ್ ಚೌರಾದಲ್ಲಿ ನೆಲೆಗೊಂಡಿದೆ.

ಕಬೀರ್ ಅವರ **10** ಅತ್ಯುತ್ತಮ ದ್ವಿಪದಿಗಳು: ಜೀವನದ ನೈಜ ಜ್ಞಾನವನ್ನು ನೀಡಿ

ಜೀವನದ ವೈಭವ

ಜೀವನದಲ್ಲಿ ಸಾಯುವುದು ಉತ್ತಮ, ಯಾರು ಸಾಯುತ್ತಾರೆ ಎಂದು ಯಾರಿಗೂ ತಿಳಿದಿಲ್ಲ.
ಯಾರು ಮೊದಲು ಸಾಯುತ್ತಾರೋ ಅಜಯ್ ಅಮರನಾಗುತ್ತಾನೆ.

ಅರ್ಥ: ಬದುಕಿರುವಾಗಲೇ ಸಾಯುವುದು ಉತ್ತಮ, ಸಾಯುವುದು ಹೇಗೆಂದು ತಿಳಿದಿದ್ದರೆ.   ಸಾಯುವ ಮೊದಲು ಸಾಯುವವನು ಅಮರನಾಗುತ್ತಾನೆ. ದೇಹದಲ್ಲಿ   ಜೀವಿಸುತ್ತಿರುವಾಗಲೇ   ಅಹಂಕಾರಗಳು   ನಾಶವಾಗುತ್ತವೆ, ಕಾಮವನ್ನು ಗೆದ್ದವರು ಮಾತ್ರ ಜೀವನದಿಂದ ಮುಕ್ತರಾಗುತ್ತಾರೆ.

ಮನಸ್ಸು ಸತ್ತುಹೋಯಿತು, ಸತ್ತ ನಂತರ ಭೂತವಾಯಿತು ಎಂದು ನನಗೆ ತಿಳಿದಿದೆ.
ನನ್ನ ಹಿಂದೆ ನನ್ನ ಮಗ ನಿಂತಂತೆ ಭಾಸವಾಯಿತು.

ಅರ್ಥ: ನನ್ನ ಹೃದಯವು ತುಂಬಿದೆ ಎಂದು ನಾನು ತಪ್ಪಾಗಿ ತಿಳಿದಿದ್ದೇನೆ, ಆದರೆ ಅವನು ಸತ್ತನು ಮತ್ತು ಪ್ರೇತನಾದನು. ಸತ್ತ ನಂತರವೂ ಅದು ಎದ್ದು ನನ್ನನ್ನು ಹಿಂಬಾಲಿಸುತ್ತದೆ, ನನ್ನ ಮನಸ್ಸು ಮಗುವಿನಂತಿದೆ.

ಅವನ ಮನೆಗೆ ಹೋಗುವ ಭಕ್ತ ಸತ್ತರೆ ಏಕೆ ಅಳಬೇಕು.
ಬಡವರಿಗಾಗಿ ಅಳಲು, ಮಾರುಕಟ್ಟೆಯಲ್ಲಿ ಮಾರಾಟ ಮಾಡಿ.

ಅರ್ಥ: ತನ್ನ ಕಲ್ಯಾಣವೆಂಬ ಅಕ್ಷಯವಾದ ಮನೆಯನ್ನು ಪಡೆದ ಭಕ್ತನು ತನ್ನ ದೇಹವನ್ನು ತೊರೆದಾಗ ಅಂತಹ ಸಂತರು ಏಕೆ ಅಳುತ್ತಾರೆ? ಎಂಬತ್ತನಾಲ್ಕು ಲಕ್ಷ ಜಾತಿಗೆ ಮಾರುಕಟ್ಟೆಯಲ್ಲಿ ಮಾರಾಟವಾಗುತ್ತಿರುವ ಬಡ ಭಕ್ತರಲ್ಲದ ಮತ್ತು ಅಜ್ಞಾನಿಗಳ ಸಾವಿನ ಬಗ್ಗೆ ಅಳಲು.

ನಾನು ನನ್ನ ಕೈಯಿಂದ ನನ್ನ ಮನೆಯನ್ನು ಹಾಳುಮಾಡಿದೆ.
ನಿಮಗೆ ಯಾವ ಮನೆ ಬೇಕಿದ್ದರೂ ನಮ್ಮೊಂದಿಗೆ ಬನ್ನಿ.

ಅರ್ಥ: ಜಗತ್ತು - ನನ್ನತನದ ಅಹಂಕಾರ - ಪ್ರಪಂಚದ ಮೋಹ - ದೇಹದಲ್ಲಿ ನಡೆಯುತ್ತಿದೆ - ನಿಮ್ಮ ಕೈಯಲ್ಲಿ ಜ್ಞಾನದ ಬೆಂಕಿಯಿಂದ ಈ ಮನೆಯನ್ನು ಸುಟ್ಟುಹಾಕು. ನಿಮ್ಮ ಅಹಂಕಾರವು ಮನೆಯನ್ನು ಸುಡುತ್ತದೆ.

ಪದಗಳ ಚಿಂತಕನು ಗುರುಮುಖದಿಂದ ಧನ್ಯನಾಗುತ್ತಾನೆ.
ಕಾಮ ಕೋಪ ನಹಿ ವ್ಯಾಪ್ಯ, ಕಬುನ ಗ್ರಾಸ ಕಾಲ ॥

ಅರ್ಥ: ಗುರುಮುಖದ ಮಾತುಗಳನ್ನು ಯೋಚಿಸಿ ವರ್ತಿಸುವವನು ಫಲಪ್ರದನಾಗುತ್ತಾನೆ. ಅವನು ಕಾಮ ಮತ್ತು ಕ್ರೋಧದಿಂದ ಪೀಡಿಸಲ್ಪಡುವುದಿಲ್ಲ ಮತ್ತು ಅವನು ಎಂದಿಗೂ ಕಲ್ಪನೆಗಳಿಗೆ ಬಲಿಯಾಗುವುದಿಲ್ಲ.

ದೇಹದ ಮೇಲೆ ಭರವಸೆ ಇದ್ದಾಗ ಅದು ಸಾಯದೇ ಇರಬಹುದು.
ದೇಹ ಮತ್ತು ಭ್ರಮೆ, ಮನಸ್ಸನ್ನು ಬಿಟ್ಟುಬಿಡಿ ಮತ್ತು ಬದಲಾಗಿ ವಿಶಾಲವಾಗಿ ಉಳಿಯಿರಿ.

ಅರ್ಥ: ದೇಹದ ಮೇಲೆ ಭರವಸೆ ಮತ್ತು ಬಾಂಧವ್ಯ ಇರುವವರೆಗೆ ಯಾರೂ ಮನಸ್ಸನ್ನು ನಾಶಮಾಡಲು ಸಾಧ್ಯವಿಲ್ಲ. ಆದುದರಿಂದ ದೇಹದ ಮೋಹ ಮತ್ತು ಮನಸ್ಸಿನ ಕಾಮವನ್ನು ತೊಲಗಿಸಿ ಸತ್ಸಂಗ ಕ್ಷೇತ್ರದಲ್ಲಿ ಕುಳಿತುಕೊಳ್ಳಬೇಕು.

ಮನಸ್ಸನ್ನು ನೋಡುವುದರಿಂದ ಮನಸ್ಸು ಎಂದರೆ ನಂಬಿಕೆ.

ಸಾಧು, ನಾನು ನಿನಗೆ ಅಲ್ಲಿ ಭಯಪಡುತ್ತೆನೆ, ನಾನು ಪಂಜರದಲ್ಲಿ ಉಸಿರಾಡುತ್ತೆನೆ.

ಅರ್ಥ: ಮನಸ್ಸು ಸತ್ತದ್ದನ್ನು (ಸ್ತಬ್ಧ) ನೋಡಿ, ಅದು ನಿಮಗೆ ಮತ್ತೆ ದ್ರೋಹ ಮಾಡುವುದಿಲ್ಲ ಎಂದು ನಂಬಬೇಡಿ. ಅವನು ಅಜಾಗರೂಕನಾಗಿದ್ದರೆ, ಅವನು ಮತ್ತೆ ಚಂಚಲನಾಗಬಹುದು, ಆದ್ದರಿಂದ ಬುದ್ಧಿವಂತ ಸಂತರು ದೇಹದಲ್ಲಿ ಉಸಿರಾಟ ಇರುವವರೆಗೆ ತಮ್ಮ ಮನಸ್ಸಿನಲ್ಲಿ ಭಯವನ್ನು ಹೊಂದಿರುತ್ತಾರೆ.

ಕಬೀರನ ಮರಣವನ್ನು ನೋಡಿದ ನಂತರ, ತಾಳ್ಮೆಯಿಂದಿರಿ ಮತ್ತು ನಂಬಿಕೆಯಿಂದಿರಿ.

ಪ್ರೇತವು ಎಚ್ಚರಗೊಂಡು ಪ್ರೇತವನ್ನು ನಾಶಪಡಿಸುವುದು ಯಾವಾಗ?ಅರ್ಥ: ಓ ಅನ್ವೇಷಕನೇ! ನಿಮ್ಮ ಮನಸ್ಸು ಶಾಂತವಾಗಿರುವುದನ್ನು ಕಂಡ ನಂತರ ಭಯಪಡಬೇಡಿ. ಇಲ್ಲದಿದ್ದರೆ, ಅವನು ನಿಮ್ಮ ದಾನದಲ್ಲಿ ಎಚ್ಚರಗೊಳ್ಳುತ್ತಾನೆ ಮತ್ತು ನಿಮ್ಮನ್ನು ತೊಂದರೆಗೆ ಸಿಲುಕಿಸಿ ಬೀಳುವಂತೆ ಮಾಡುತ್ತಾನೆ.

ಜಗತ್ತು ಸೋಲನ್ನು ಒಪ್ಪಿಕೊಂಡರೆ ನಾನು ನಿನಗಾಗಿ ಎಲ್ಲವನ್ನೂ ನಾಶಪಡಿಸುತ್ತೇನೆ.

ಮನೆಯಲ್ಲಿ ಬೆಂಕಿ ಇದೆ, ಆದ್ದರಿಂದ ಮನೆಯನ್ನು ಸ್ವಚ್ಛಗೊಳಿಸಿ.

ಅರ್ಥ: ಇಂದೂ ಸಹ ನೀವು ಲೋಕದಿಂದ ಸೋಲನ್ನು ಒಪ್ಪಿಕೊಂಡು ಅಹಂಕಾರರಹಿತರಾದರೆ ನಿಮ್ಮ ಕಷ್ಟಗಳು ಪರಿಹಾರವಾಗುತ್ತವೆ. ಕಾಮ, ಕ್ರೋಧ ಇತ್ಯಾದಿಗಳಿಂದಾಗಿ ನಿಮ್ಮ ಕತ್ತಲೆಯ ಮನೆಯಲ್ಲಿ ಸಂಘರ್ಷವಿದೆ ಅದನ್ನು ಜ್ಞಾನವೆಂಬ ಅಗ್ನಿಯಿಂದ ಸುಟ್ಟುಬಿಡಿ.

ಒಳ್ಳೆಯ ಕಂಪನಿಯು ಸೂಪ್‌ನಂತೆ, ನೀವು ಹಣ್ಣನ್ನು ಮಾತ್ರ ಬಿಡುತ್ತೀರಿ. ಕಬೀರ್ ಹೇಳುತ್ತಾರೆ, ಗುರುವಿನ ಹೆಸರನ್ನು ತೆಗೆದುಕೊಳ್ಳಿ, ಇತರರಲ್ಲ, ಆದರೆ ದುರ್ಗುಣಗಳನ್ನು ತೆಗೆದುಕೊಳ್ಳಿ.

ಅರ್ಥ: ಸತ್ಸಂಗವು ಸೂಪ್‌ನಂತೆ, ಅದನ್ನು ಹಾಲೊಡಕು ಮತ್ತು ಸಾರವನ್ನು ಬಿಡುತ್ತದೆ. ನೀವು ಗುರುವಿನಿಂದಲೂ ಜ್ಞಾನವನ್ನು ಪಡೆದುಕೊಳ್ಳುತ್ತೀರಿ, ಅದರಿಂದ ಅನಿಷ್ಟಗಳು ನಿವಾರಣೆಯಾಗುತ್ತವೆ.

ಸಂತ ಅಭಿಪ್ರಾಯ

"ಸಂತಧರ್ಮವು 13 ನೇ-17 ನೇ ಶತಮಾನದ AD ಸಮಯದಲ್ಲಿ ಭಾರತೀಯ ಉಪಖಂಡದಲ್ಲಿ ಒಂದು ಆಧ್ಯಾತ್ಮಿಕ ಚಳುವಳಿಯಾಗಿತ್ತು. ಈ ಹೆಸರು ಅಕ್ಷರಶಃ "ಸಂತರ ಬೋಧನೆಗಳು", ಅಂದರೆ ಅತೀಂದ್ರಿಯ ಹಿಂದೂ ಸಂತರು ಎಂದರ್ಥ. ಸಂತರು ಮತ್ತು ಅವರ ಬೋಧನೆಗಳನ್ನು ಅನುಸರಿಸುವ ಮೂಲಕ ಫೆಲೋಶಿಪ್ ಮತ್ತು ಸತ್ಯದ ಅನ್ವೇಷಣೆಯ ಮೂಲಕ ರೂಪುಗೊಂಡಿತು. ಧಾರ್ಮಿಕವಾಗಿ, ಬೋಧನೆಗಳು ದೈವಿಕ ಪರಮಾತ್ಮನ ಮೇಲಿನ ಭಕ್ತಿಯಿಂದ ಪ್ರತ್ಯೇಕಿಸಲ್ಪಟ್ಟಿವೆ, ಕೆಲವು ಮನೆಯವರನ್ನು ಹೊರತುಪಡಿಸಿ, 19 ನೇ ಶತಮಾನದ ರಾಧಾ ಸ್ವಾಮಿ ಚಳುವಳಿಯೊಂದಿಗೆ ಗೊಂದಲಕ್ಕೀಡಾಗಬಾರದು ಸಮಕಾಲೀನ "ಸಂತ ಮತ್ ಚಳುವಳಿ".

ಸಂತರ ವಂಶವನ್ನು ಎರಡು ಮುಖ್ಯ ಗುಂಪುಗಳಾಗಿ ವಿಂಗಡಿಸಬಹುದು: ಪಂಜಾಬ್, ರಾಜಸ್ಥಾನ ಮತ್ತು ಉತ್ತರ ಪ್ರದೇಶದ ಪ್ರಾಂತ್ಯಗಳ ಉತ್ತರದ ಗುಂಪು, ಅವರು ಮುಖ್ಯವಾಗಿ ಸ್ಥಳೀಯ ಹಿಂದಿಯಲ್ಲಿ ತಮ್ಮನ್ನು ವ್ಯಕ್ತಪಡಿಸಿದ್ದಾರೆ; ಮತ್ತು ಮಹಾರಾಷ್ಟ್ರದ ನಾಮದೇವ್ ಮತ್ತು ಇತರ ಸಂತರು ಪ್ರತಿನಿಧಿಸುವ ದಕ್ಷಿಣದ ಗುಂಪು, ಅವರ ಭಾಷೆ ಮರಾಠಿ.

ಸರನ ಧರ್ಮ ಪ್ರಾರ್ಥನೆ

ನಾವು ಸರ್ನಾ ಆದಿವಾಸಿಗಳು ಪ್ರಕೃತಿ ಮತ್ತು ಪರಿಸರವನ್ನು ಪ್ರೀತಿಸುತ್ತೇವೆ ಮತ್ತು ಅದರಲ್ಲಿ ಅಚಲವಾದ ನಂಬಿಕೆಯನ್ನು ಹೊಂದಿದ್ದೇವೆ.

ನಂಬಿಕೆ, ನಂಬಿಕೆ ಮತ್ತು ಭಕ್ತಿ ಇದೆ ಏಕೆಂದರೆ ಅದು ಇಲ್ಲದೆ ನಾವು ಈ ಪ್ರಪಂಚದ ಅಸ್ತಿತ್ವವನ್ನು ಊಹಿಸಲು ಸಾಧ್ಯವಿಲ್ಲ.

ಪ್ರಾಚೀನ ಕಾಲದಲ್ಲಿ, ನಮ್ಮ ಅತ್ಯಂತ ಪೂಜ್ಯ ಪೂರ್ವಜರು ನಮ್ಮ ಸರ್ನಾ ಬುಡಕಟ್ಟು ಸಮಾಜಕ್ಕಾಗಿ ಭೂಮಿ ಮತ್ತು ಪ್ರಕೃತಿಯನ್ನು ಬಳಸುತ್ತಿದ್ದರು.

ಸಂಬಂಧಿತ ವ್ಯವಸ್ಥೆಗಳನ್ನು ಅತ್ಯಂತ ಶ್ರೀಮಂತ, ಸುಂದರ ಮತ್ತು ಬಲವಾದ ಸ್ಥಾಪಿಸಲಾಯಿತು. ಮುಖ್ಯವಾಗಿ ಈ ವ್ಯವಸ್ಥೆಗಳಲ್ಲಿ

ಧಾರ್ಮಿಕ, ಸಾಮಾಜಿಕ ಮತ್ತು ಸ್ವ-ಆಡಳಿತ ವ್ಯವಸ್ಥೆಗಳನ್ನು ಸಂಘಟಿಸುವ ಮೂಲಕ, ಅತ್ಯಮೂಲ್ಯವಾದ ಸಂಪ್ರದಾಯಗಳು, ಸಂಸ್ಕೃತಿಗಳು ಮತ್ತು

ವೈಭವಯುತ ಮತ್ತು ಸಮೃದ್ಧ ನಾಗರಿಕತೆಗಳನ್ನು ಅಭಿವೃದ್ಧಿಪಡಿಸುವ ಮೂಲಕ ನಮ್ಮ ಸರ್ನಾ ಸಮಾಜವನ್ನು ಮುಖ್ಯವಾಹಿನಿಗೆ ತರುವುದು.

ಆದರೆ ಪ್ರಸ್ತುತ ಕಾಲದಲ್ಲಿ ಇವೆಲ್ಲವೂ ಅತಿಕ್ರಮಣಗೊಂಡು ನಾಶವಾಗುತ್ತಿರುವುದು ವಿಷಾದನೀಯ

ನಮ್ಮ ಸಂಪೂರ್ಣ ಸರ್ನಾ ಬುಡಕಟ್ಟು ಸಮುದಾಯವೂ ಸಹ ನಮ್ಮ ಗುರುತು ಮತ್ತು ಅಸ್ತಿತ್ವವು ಗಂಭೀರ ಅಪಾಯದಲ್ಲಿದೆ

ಸಮಾಜದ ಪ್ರಸ್ತುತ ಮತ್ತು ಭವಿಷ್ಯದ ಪೀಳಿಗೆಯ ಮೇಲೆ ಗಂಭೀರ ಬಿಕ್ಕಟ್ಟಿನ ಮೋಡಗಳಿವೆ. ಎಂಬ ಪ್ರಶ್ನೆ ಏಳುತ್ತದೆ

ಸರ್ನಾ ಬುಡಕಟ್ಟು ಜನಾಂಗದವರು ಕಷ್ಟದ ಸಂದರ್ಭಗಳನ್ನು ಎದುರಿಸುತ್ತಿದ್ದಾರೆ ಮತ್ತು ವಿವಿಧ ಪ್ರದೇಶಗಳಲ್ಲಿ ಅನೇಕ ಸಂಭಾವ್ಯ ಬೆದರಿಕೆಗಳನ್ನು ಎದುರಿಸುತ್ತಿದ್ದಾರೆ.

ಸಮಾಜ ಮತ್ತು ಸಮಾಜಕ್ಕೆ ಸಂಬಂಧಿಸಿದ ಈ ಕೆಳಗಿನ ವ್ಯವಸ್ಥೆಗಳನ್ನು ಹೇಗೆ ಉಳಿಸಬಹುದು?

1. ನಮ್ಮ ಧಾರ್ಮಿಕ ಮತ್ತು ಸಾಮಾಜಿಕ ವ್ಯವಸ್ಥೆಗಳು ಹೇಗೆ ಉಳಿಯುತ್ತವೆ 2. ನಮ್ಮ ಶ್ರೀಮಂತ ಮತ್ತು ವೈಭವಯುತವಾದ ನಾಗರಿಕತೆ, ಸಂಸ್ಕೃತಿ ಮತ್ತು ಸಂಪ್ರದಾಯಗಳು ಹೇಗೆ ಉಳಿಯುತ್ತವೆ 3. ನಮ್ಮ ಪೂರ್ವಜರ ಭೌತಿಕ ಮತ್ತು ನೈಸರ್ಗಿಕ ಸಂಪನ್ಮೂಲಗಳಿಂದ ನಾವು ಪಡೆಯುವ ಪ್ರಯೋಜನಗಳು ಹೇಗೆ? ಸಮಾಜದ ಮುಖ್ಯವಾಹಿನಿಯಿಂದ ನಮ್ಮನ್ನು ಹೇಗೆ ಬೇರ್ಪಡಿಸುವುದು, 5.ನಮ್ಮ ಸಾಮೂಹಿಕ ಜೀವನ ಹೇಗೆ ಉಳಿಯುತ್ತದೆ, 6. ನಮ್ಮ ಉಡುಗೆ, ಭಾಷೆ, ಹಾಡು-ನೃತ್ಯ, ಸಂಗೀತ ವಾದ್ಯಗಳು, ಹಬ್ಬಗಳು, ಪೂಜೆ-ಪುನಸ್ಕಾರಗಳು, ಆಚರಣೆಗಳು, ಹುಟ್ಟಿನಿಂದ ಸಾಯುವವರೆಗೂ ಆಚರಣೆಗಳು ಹೇಗೆ ಉಳಿಯುತ್ತವೆ, 7. ನಮ್ಮ ಸಾಮಾಜಿಕ - ಧಾರ್ಮಿಕ ಭೂಮಿ ಹೇಗೆ ಉಳಿಯುತ್ತದೆ ಪಹನಾಯ್, ಮಹತೋಯ್, ಕೋಟ್ವಾರಿ, ದಲಿ ಕಟಾರಿ, ಗ್ಯೆರಾಮಜ್ರುವಾ ಮುಂತಾದವುಗಳನ್ನು ಉಳಿಸಲಾಗುತ್ತದೆ 8. ಸಂವಿಧಾನವು ನಮಗೆ ನೀಡಿರುವ ಹಕ್ಕುಗಳು ಮತ್ತು ರಕ್ಷಣೆಗಳನ್ನು ನಾವು ಹೇಗೆ ಪಡೆಯುತ್ತೇವೆ? ನಾವು ನಮ್ಮ ಮೌಖಿಕ ಸಂಪ್ರದಾಯಗಳನ್ನು ಬರೆಯುತ್ತೇವೆ, 10. ಧರ್ಮದ ಹೆಸರಿನಲ್ಲಿ ವಿಭಜನೆ ಮತ್ತು ಮತಾಂತರದಿಂದ ನಾವು ಸರ್ನಾ ಆದಿವಾಸಿಗಳನ್ನು ಹೇಗೆ ಉಳಿಸುತ್ತೇವೆ, 11. ಸಮಾಜದಲ್ಲಿ ಶಿಕ್ಷಣ, ಉದ್ಯೋಗ, ಆರೋಗ್ಯ ಮತ್ತು ಜೀವನ ಮಟ್ಟವು ಹೇಗೆ ಉನ್ನತವಾಗಿರುತ್ತದೆ, 12. 13. ಸಮಾಜದಲ್ಲಿನ ಅನಿಷ್ಟಗಳು, ಮೂಢನಂಬಿಕೆಗಳು ಮತ್ತು ಮಾದಕ ವ್ಯಸನಗಳನ್ನು ಹೇಗೆ ತೊಡೆದುಹಾಕಲಾಗುತ್ತದೆ 14. ಪ್ರತಿ ನಗರದಲ್ಲಿ ತುಮಕುಡಿಯ, ಸರನ ಭವನ, ವಚನಾಲಯ ಇತ್ಯಾದಿಗಳನ್ನು ಹೇಗೆ ನಿರ್ಮಿಸಲಾಗುವುದು 14. ಗೋವುಗಳು ಮತ್ತು ಗೋವುಗಳ ಸುರಕ್ಷತೆ ಮತ್ತು ಸುರಕ್ಷೆಯು ಹೇಗೆ ಸಂಭವಿಸುತ್ತದೆ? ಸಮಾಜದ ಆರ್ಥಿಕ ಸ್ಥಿತಿಯು ಹೇಗೆ ಸಂಘಟಿತವಾಗುತ್ತದೆ ಮತ್ತು ಬಲಗೊಳ್ಳುತ್ತದೆ, 16. ಸಮಾಜದಲ್ಲಿ ಪ್ರಜ್ಞೆ ಮತ್ತು

ಅರಿವು ಹೇಗೆ ಬರುತ್ತದೆ. 17. ಸಮಾಜದಲ್ಲಿ ಸಂತೋಷ, ಶಾಂತಿ ಮತ್ತು ಸಮೃದ್ಧಿ ಹೇಗೆ ಬರುತ್ತದೆ 18. ಸಮಾಜದಲ್ಲಿ ಭಯಮುಕ್ತ ವಾತಾವರಣ ಹೇಗೆ ಬರುತ್ತದೆ?

ನಮ್ಮ ಸರ್ನಾ ಬುಡಕಟ್ಟು ಸಮಾಜದ ಈ ಎಲ್ಲಾ ಸಮಸ್ಯೆಗಳಿಗೆ ಪರಿಹಾರವೇನು, ಅದರ ಪರ್ಯಾಯವೇನು? ಈ ಎಲ್ಲಾ ಸಮಸ್ಯೆಗಳಿಗೆ ಒಂದೇ ಪರಿಹಾರ ಮತ್ತು ಪರ್ಯಾಯವೆಂದರೆ ಸರನ ಪ್ರಾರ್ಥನಾ ಸಭೆ. ನನ್ನ ಆತ್ಮೀಯ ಸರನ ಧರ್ಮದ ಅನುಯಾಯಿಗಳೇ, ಇದು ಏಕೈಕ ಬಲವಾದ ಮತ್ತು ಬಲವಾದ ಮಾಧ್ಯಮವಾಗಿದೆ, ಇದನ್ನು ಪ್ರತಿ ಸಂದರ್ಭದಲ್ಲೂ ಒಪ್ಪಿಕೊಳ್ಳಬೇಕಾಗುತ್ತದೆ. ಈ ಸರ್ಣಾ ಧರ್ಮ ಪ್ರಾರ್ಥನಾ ಸಭೆಯ ಮಾರ್ಗವನ್ನು ಅನುಸರಿಸುವ ಮೂಲಕ, ನಾವೆಲ್ಲರೂ ನಮ್ಮ ಸರ್ನಾ ಬುಡಕಟ್ಟು ಸಮಾಜದ ಅಸ್ತಿತ್ವವನ್ನು ರಕ್ಷಿಸಬಹುದು, ಭದ್ರಪಡಿಸಬಹುದು ಮತ್ತು ಅಭಿವೃದ್ಧಿಪಡಿಸಬಹುದು, ದಿಕ್ಕು ಮತ್ತು ಸ್ಥಿತಿಯನ್ನು ಬದಲಾಯಿಸಬಹುದು.

ಜೈ ಚಲ ಯೋ, ಜೈ ಸರ್ನಾ ಮಾ

1. (ಜೈ ಚಲ ಯೋ, ಜೈ ಸರ್ನಾ ಮಾ... 2, ಚಲಾ ಟೊಂಕಾ ಬರಾ ಲಗ್ದಮ್)... 2 (ಜೈ ಚಲಾ ಮಾ, ಜೈ ಸರ್ನಾ ಮಾ, ಸರ್ನಾ ಸ್ಥಳ ಬರಲಿದೆ)

ಜಿಯಾ ನು ಬಾರೆ ಯೋ ಜಿಯಂತಿ ಪಾದೋಮ್, ಕಾಯಾ ನು ಬಾರೆ ಯೋ ಸಚೇ ಮಂತಿ ವಿನತಿ ನಾನೋಂ.... 2 (ಓ ಮಾತೆ ದೇವಿ, ನನ್ನ ಜೀವ (ಹೃದಯ)ದಲ್ಲಿ ಬಾ, ನನ್ನ ಹೃದಯದಿಂದ ಹಾಡುತ್ತೇನೆ, ನನ್ನ ದೇಹಕ್ಕೆ ಬಾ, ತಾಯಿ, ನಾನು ಪ್ರಾರ್ಥಿಸುತ್ತೇನೆ ನನ್ನ ನಿಜವಾದ ಹೃದಯದಿಂದ)

2. (ಜೈ ಚಲ ಯೋ, ಜೈ ಸರ್ನಾ ಮಾ... 2, ಧರಮ್ ಕುಧಿಯಾ ಬರಾ ಲಗ್ದಮ್)... 2 (ಜೈ ಚಲ ಮಾ, ಜೈ ಸರ್ನಾ ಮಾ, ಧರಮ್ ಕುಡಿಯಾ ಬರಲಿದೆ)

ಜಿಯಾ ನು ಬಾರೆ ಯೋ ಜಿಯಂತಿ ಪಾದೋಮ್, ಕಾಯಾ ನು ಬಾರೆ ಯೋ ಸಚೇ ಮಂತಿ ವಿನತಿ ನಾನೋಂ.... 2 (ಓ ಮಾತೆ ದೇವಿ, ನನ್ನ ಜೀವ (ಹೃದಯ)ದಲ್ಲಿ ಬಾ, ನನ್ನ ಹೃದಯದಿಂದ ಹಾಡುತ್ತೇನೆ, ನನ್ನ ದೇಹಕ್ಕೆ ಬಾ, ತಾಯಿ, ನಾನು ಪ್ರಾರ್ಥಿಸುತ್ತೇನೆ ನನ್ನ ನಿಜವಾದ ಹೃದಯದಿಂದ)

3. (ಜೈ ಚಲ ಯೋ, ಜೈ ಸರ್ನಾ ಮಾ... 2, ಲೂರ್ ಕುಡಿಯ ಬರ ಲಗ್ದಮ್)... 2 (ಜೈ ಚಲ ಮಾ, ಜೈ ಸರ್ನಾ ಮಾ, ಲೂರ್ ಕುಡಿಯಾ ಬರುತ್ತಿದ್ದಾರೆ)

ಜಿಯಾ ನು ಬಾರೆ ಯೋ ಜಿಯಂತಿ ಪಾದೋಮ್, ಕಾಯಾ ನು ಬಾರೆ ಯೋ ಸಚೇ ಮಂತಿ ವಿನತಿ ನಾನೋಂ.... 2 (ಓ ಮಾತೆ ದೇವಿ, ನನ್ನ ಜೀವ (ಹೃದಯ)ದಲ್ಲಿ ಬಾ, ನನ್ನ ಹೃದಯದಿಂದ ಹಾಡುತ್ತೇನೆ, ನನ್ನ ದೇಹಕ್ಕೆ ಬಾ, ತಾಯಿ, ನಾನು ಪ್ರಾರ್ಥಿಸುತ್ತೇನೆ ನನ್ನ ನಿಜವಾದ ಹೃದಯದಿಂದ)

4. (ಜೈ ಚಲ ಯೋ, ಜೈ ಸರ್ನಾ ಮಾ...2, ಅಖೇದಾ ಬರಾ ಲಗ್ದಮ್)... 2 (ಜೈ ಚಲಾ ಮಾ, ಜೈ ಸರ್ನಾ ಮಾ, ಅಖೇದಾ ಆ ರಹೇ)

ಜಿಯಾ ನು ಬಾರೆ ಯೋ ಜಿಯಂತಿ ಪಾದೋಮ್, ಕಾಯಾ ನು ಬಾರೆ ಯೋ ಸಚೇ ಮಂತಿ ವಿನತಿ ನಾನೋಂ.... 2 (ಓ ಮಾತೆ ದೇವಿ, ನನ್ನ ಜೀವ (ಹೃದಯ)ದಲ್ಲಿ ಬಾ, ನನ್ನ ಹೃದಯದಿಂದ ಹಾಡುತ್ತೇನೆ, ನನ್ನ ದೇಹಕ್ಕೆ ಬಾ, ತಾಯಿ, ನಾನು ಪ್ರಾರ್ಥಿಸುತ್ತೇನೆ ನನ್ನ ನಿಜವಾದ ಹೃದಯದಿಂದ)

5. (ಜೈ ಚಲ ಯೋ, ಜೈ ಸರ್ನಾ ಮಾ... 2, ಜಾತ್ರಾ ಟೊಂಕ ಬರಾ ಲಗ್ದಮ್)... 2 (ಜೈ ಚಲ ಮಾ, ಜೈ ಸರ್ನಾ ಮಾ, ಜಾತ್ರಾ ಸ್ಥಳ ಬರಲಿದೆ)

ಜಿಯಾ ನು ಬಾರೆ ಯೋ ಜಿಯಾಂತಿ ಪಾದೋಮ್, ಕಾಯಾ ನು ಬಾರೆ ಯೋ ಸಚೇ ಮಂತಿ ವಿನತಿ ನಾನೋಮ್.... 2 (ಓ ಸರ್ನಾ ಮಾ, ನನ್ನ ಜೀವ (ಹೃದಯ) ದಲ್ಲಿ ಬಾ, ನನ್ನ ಹೃದಯದಿಂದ ನನ್ನ ದೇಹಕ್ಕೆ ಬಾ, ಮಾವು ನಿಜವಾದ ಹೃದಯದಿಂದ ಪ್ರಾರ್ಥಿಸುವರು)

ಹಾಡುತ್ತಾರೆ, 6. (ಜ್ಯ ಚಲ ಯೋ, ಜ್ಯ ಸರ್ನಾ ಮಾ... 2, ಸಿರಸಿತ ಬರಾ ಲಗ್ದಮ್)... 2 (ಜ್ಯ ಚಲ ಮಾ, ಜ್ಯ ಸರ್ನಾ ಮಾ, ಸಿರಸಿತಾ ಬರುತ್ತಿದ್ದಾರೆ)

ಜಿಯಾ ನು ಬಾರೆ ಯೋ ಜಿಯಂತಿ ಪಾದೋಮ್, ಕಾಯಾ ನು ಬಾರೆ ಯೋ ಸಚೇ ಮಂತಿ ವಿನತಿ ನಾನೋಂ.... 2 (ಓ ಮಾತೆ ದೇವಿ, ನನ್ನ ಜೀವ (ಹೃದಯ)ದಲ್ಲಿ ಬಾ, ನನ್ನ ಹೃದಯದಿಂದ ಹಾಡುತ್ತೇನೆ, ನನ್ನ ದೇಹಕ್ಕೆ ಬಾ, ತಾಯಿ, ನಾನು ಪ್ರಾರ್ಥಿಸುತ್ತೇನೆ ನನ್ನ ನಿಜವಾದ ಹೃದಯದಿಂದ)

ಸನ್ಯೇಸಂನ ಅನುಯಾಯಿಗಳು ಗ್ರಾಮ ದೇವತೆಯನ್ನು ಗ್ರಾಮದ ರಕ್ಷಕ ಎಂದು ನಂಬುತ್ತಾರೆ, ಪೂಜಿಸುತ್ತಾರೆ ಮತ್ತು ಪೂಜಿಸುತ್ತಾರೆ, ಇದನ್ನು ಗಾಂವ್ ಖುಂಟ್, ಗ್ರಾಮ್ ದೇವತಿ, ಧರ್ಮೇಸ್, ಮರಂಗ್ ಬುರು, ಸಿಂಗ್ಬೊಂಗಾ ಅಥವಾ ವಿವಿಧ ಬುಡಕಟ್ಟುಗಳಿಂದ ಕರೆಯಲಾಗುತ್ತದೆ. ಅನುಯಾಯಿಗಳು ಧರ್ತಿ ಅಯೋ ಅಥವಾ ಚಲ್ಪಚೋ ದೇವಿಯನ್ನು ನಂಬುತ್ತಾರೆ, ಪೂಜಿಸುತ್ತಾರೆ ಮತ್ತು ಗೌರವಿಸುತ್ತಾರೆ, ಇದನ್ನು ಭೂಮಿ ಅಥವಾ ಪ್ರಕೃತಿ ಎಂದು ಗುರುತಿಸಲಾಗಿದೆ.

ಅಜ್ಞೇಯತಾವಾದಿ ನಾಸ್ತಿಕತೆಯು ನಾಸ್ತಿಕತೆ ಮತ್ತು ಅಜ್ಞೇಯತಾವಾದ ಎರಡನ್ನೂ ಒಳಗೊಂಡಿರುವ ಒಂದು ತಾತ್ತ್ವಿಕ ಸ್ಥಾನವಾಗಿದೆ. ಅಜ್ಞೇಯತಾವಾದಿಗಳು ನಾಸ್ತಿಕರು ಏಕೆಂದರೆ ಅವರು ದೇವತೆಯ ಅಸ್ತಿತ್ವವನ್ನು ನಂಬುವುದಿಲ್ಲ ಮತ್ತು ಅಜ್ಞೇಯತಾವಾದಿಗಳು ಏಕೆಂದರೆ ಅವರು ದೇವತೆಯ ಅಸ್ತಿತ್ವವು ಸಿದ್ಧಾಂತದಲ್ಲಿ ತಿಳಿದಿಲ್ಲ ಅಥವಾ ವಾಸ್ತವವಾಗಿ ತಿಳಿದಿಲ್ಲ ಎಂದು ಅವರು ಪ್ರತಿಪಾದಿಸುತ್ತಾರೆ.

ಅಜ್ಞೇಯತಾವಾದವು ದೈವಿಕ ಅಥವಾ ಅಲೌಕಿಕವಾದ ದೇವರ ಅಸ್ತಿತ್ವವು ಅಜ್ಞಾತ ಅಥವಾ ತಿಳಿದಿಲ್ಲದ ದೃಷ್ಟಿಕೋನವಾಗಿದೆ.

ಪರಹಿತಚಿಂತನೆ ಅಥವಾ ಆರಾಧನೆ (ಆರಾಧನೆಯಿಂದ) ಒಂದು ಅಥವಾ ಹೆಚ್ಚಿನ ದೇವತೆಗಳ ಅಸ್ತಿತ್ವದ ನಂಬಿಕೆ, ಆದರೆ ಯಾವುದೇ ದೇವತೆಯ ಆರಾಧನೆಯ ಉದ್ದೇಶಪೂರ್ವಕ ಕೊರತೆಯೊಂದಿಗೆ. ಸಾಮಾನ್ಯವಾಗಿ, ಇದು ಧಾರ್ಮಿಕ ಆಚರಣೆಗಳಿಗೆ ಯಾವುದೇ ಅಲೌಕಿಕ ಪ್ರಾಮುಖ್ಯತೆಯನ್ನು ಹೊಂದಿಲ್ಲ ಮತ್ತು ದೇವರುಗಳು ಎಲ್ಲಾ ಪ್ರಾರ್ಥನೆಗಳು ಮತ್ತು ಆರಾಧನೆಗಳನ್ನು ನಿರ್ಲಕ್ಷಿಸುತ್ತಾರೆ ಎಂಬ ನಂಬಿಕೆಯನ್ನು ಒಳಗೊಂಡಿರುತ್ತದೆ.

ನಿನ್ನ ಪರಿಚಯ ಮಾಡಿಕೊ

ನನ್ನ ಹೆಸರು ಅಬ್ದುಲ್ ವಹೀದ್, ನನ್ನ ತಂದೆಯ ಹೆಸರು ಲೇಟ್ ಹಾಜಿ ಉಬ್ಬೈದುರ್ ರಹಮಾನ್ ಮತ್ತು ತಾಯಿಯ ಹೆಸರು ಜೈಬುನ್ನಿಸಾ. ನಾನು ಬಾಲ್ಯದಿಂದಲೂ ವೈಜ್ಞಾನಿಕ ಸಿದ್ಧಾಂತವನ್ನು ಇಷ್ಟಪಟ್ಟಿದ್ದೇನೆ ಮತ್ತು ಶಾಂತ ಸ್ವಭಾವ ಮತ್ತು ಪುಸ್ತಕಗಳ ಬಾಂಧವ್ಯವನ್ನು ಹೊಂದಿದ್ದೇನೆ. ಈ ಕಾರಣದಿಂದಾಗಿ ನನ್ನ ಕುತೂಹಲದ ಆಸಕ್ತಿಯನ್ನು ಹೊಸ ಸಂಶೋಧನೆಗಳು ಮತ್ತು ಮಾಹಿತಿಯಲ್ಲಿ ನಿರಂತರವಾಗಿ ಬಳಸಲಾಗಿದೆ. ನಾನು ಬಿಎಸ್ಸಿ ಮಾಡುವಾಗ ಪಾಲಿಟಿಕ್ನಿಕ್‌ಗೆ ಆಯ್ಕೆಯಾದೆ, ಆದರೆ ದುರದೃಷ್ಟವಶಾತ್ ತಂದೆ ಮತ್ತು ಸಹೋದರ ಸತ್ತಿದ್ದರಿಂದ ಅದು ಅಪೂರ್ಣವಾಗಿ ಉಳಿಯಿತು. ನನ್ನ ಬದುಕಿಗೆ ಅತ್ಯಮೂಲ್ಯವಾದ ನನ್ನ ತಂದೆಯ ಎರಡು ಮಾತುಗಳು, ಮೊದಲನೆಯದು - ಪ್ರಾಮಾಣಿಕವಾಗಿ ಸಂಪಾದಿಸಿ, ಸುಳ್ಳಿನ ಬೆಂಬಲವನ್ನು ತೆಗೆದುಕೊಳ್ಳಬೇಡಿ, ಎರಡನೆಯದಾಗಿ, ಆಹಾರವನ್ನು ಗೌರವಿಸಿ ಮತ್ತು ನಿಮಗೆ ಬೇಕಾದಷ್ಟು ತಿನ್ನಿರಿ. ಆದುದರಿಂದಲೇ ಮನೆಯ ಜವಾಬ್ದಾರಿಯಿಂದ ವಿದ್ಯಾಭ್ಯಾಸ ಅಪೂರ್ಣವಾಗಿ ಉಳಿಯಿತು, ನಂತರ ಮದುವೆಯಾಯಿತು. ಇನ್ನೂ ಧೈರ್ಯ ಕಳೆದುಕೊಳ್ಳಲಿಲ್ಲ ಮತ್ತು ಇಂದು ಪುಸ್ತಕವು ನನ್ನ ಆಲೋಚನೆಗಳ ರೂಪದಲ್ಲಿ ನಿಮ್ಮ ಮುಂದೆ ಲಭ್ಯವಿದೆ. ಯಾವುದೇ ಮಾಹಿತಿಯನ್ನು ಅಪೂರ್ಣವಾಗಿ ಬಿಟ್ಟರೆ, ದಯವಿಟ್ಟು ನಮಗೆ ತಿಳಿಸಿ. , ಧನ್ಯವಾದ.

www.ingramcontent.com/pod-product-compliance
Lightning Source LLC
Chambersburg PA
CBHW040130150726
48005CB00015B/2447